தீண்டாமைக்கு எதிரான தீப்பந்தங்கள் - 2

எம். ஆர். முத்துசாமி

Theendamaikku Ethirana Theeppanthangal - 2 (in Tamil)

M.R. Muthuswamy

First Published: June, 2023

Published by

BHARATHI PUTHAKALAYAM

7, Elango Salai, Teynampet, Chennai - 600 018

Email: bharathiputhakalayam@gmail.com / www.thamizhbooks.com

தீண்டாமைக்கு எதிரான தீப்பந்தங்கள் - 2

எம். ஆர். முத்துசாமி

முதல் பதிப்பு: ஜூன், 2023

வெளியீடு:

7, இளங்கோ சாலை, தேனாம்பேட்டை, சென்னை - 600 018.

தொலைபேசி : 044-24332424, 24330024 | விற்பனை : 24332924

விற்பனை நிலையங்கள்

அருப்புக்கோட்டை: கதவுஎண் 49 A/4 மெயின் ரோடு, தெற்கு தெரு - 9994173551

ஈரோடு: 39: 39 ஸ்டேட் பாங்க் சாலை - 9245448353

கரூர்: நாரத கானசபா அருகில் (TNGEA OFFICE)- 9442706676

காரைக்குடி: 12, 2 வது தெரு, கம்பன் மணிமண்டபம் பின்புறம் - 9443406150

கும்பகோணம்: 352, ரயில் நிலையம் எதிரில் - 9443995061

கோவை: 77, மசக்காளிபாளையம் ரோடு, பீளமேடு - 8903707294

சிதம்பரம்: 22A / 18B தேரடி கடைத் தெரு, கிழவீதி அருகில் - 9994399347

செங்கல்பட்டு: 1 D ஜி.எஸ்.டி சாலை - 044 27426964

சேலம்: 15, வித்யாலயா சாலை

தஞ்சாவூர்: காந்திஜி வணிக வளாகம் காந்திஜி சாலை - 9655542400

திண்டுக்கல்: பேருந்து நிலையம் - 9942331105, 9976053719

திருச்சி: வெண்மணி இல்லம், கரூர் புறவழிச்சாலை - 9994289492

திருநெல்வேலி: நவஜீவன் டிரஸ்ட் வளாகம், 48-B/10, அம்பை ரோடு, வீரமாணிக்கபுரம் - 9442149981

திருப்பூர்: 447, அவினாசி சாலை - 9486105018

திருவண்ணாமலை: முத்தம்மாள் நகர்

திருவல்லிக்கேணி: 48, தேரடி தெரு - 9444428358

திருவாரூர்: 35, நேதாஜி சாலை - 9442540543

நாகர்கோவில்: 699 கே.பி.ரோடு R.V.புரம் - 9443450111

நெய்வேலி: பேருந்து நிலையம் அருகில், - 9443659147

பழனி: பேருந்து நிலையம் அருகில் - 7010760693

பாண்டிச்சேரி : கிழக்கு கடற்கரைச்சாலை, இலாசுப்பேட்டை, 9486102777

பெரம்பூர்: 52, கூக்ஸ் ரோடு - 9444373716

மதுரை: 374, பெரியார் பேருந்து நிலையம் - 045 22324674 & சர்வோதயா மெயின்ரோடு

வடபழனி: பேருந்து நிலையம் எதிரில் அடையார் ஆனந்தபவன் மாடியில் - 9444476967

விருதுநகர்: 131, கச்சேரி சாலை - 0456 2245300

வேலூர்: பேஸ் III, சத்துவாச்சாரி - 9442553893

நினைத்த நூல்கள்... நினைத்த 'நேரத்தில்...  BharathiTV | www.bookday.in

 thamizhbooks.com 8778073949

அச்சு : பிரிண்டெக், சென்னை - 600 005.

சமர்ப்பணம்

சாதிமறுப்புத் திருமணம் செய்த தம்பதியினருக்கும்,
சாதி ஆணவப்படுகொலையில் பலியானவர்களுக்கும்,
சாதி வன்கொடுமைகளால் இறந்தவர்களுக்கும்,
மலக்குழியில் இறங்கி மரணமடைந்தவர்களுக்கும்
இந்நூலை சமர்ப்பிக்கிறேன். தாயே!

நூல் ஆசிரியர் உரை

அன்புடையீர் வணக்கம்! இந்த நூலில் ஒடுக்கப்பட்ட மக்களுக்காகவும், சகல பகுதி உழைப்பாளி மக்களுக்காகவும், அயராது பாடுபட்ட தலைவர்கள் பற்றியும், அட்டவணை சாதியினர் மீது நடத்திய தாக்குதலை எதிர்த்து CPIM, CITU விவசாய சங்கம், விவசாய தொழிலாளர் சங்கம், மாதர் சங்கம், வாலிபர் சங்கம், மாணவர் சங்கம், தீண்டாமை ஒழிப்பு முன்னணி ஆகிய அமைப்புகள் அனைத்து பகுதி மக்களையும் திரட்டி நடத்திய இயக்கங்களும், திண்டுக்கல் மாவட்டத்தில் கடந்த 60 ஆண்டு காலத்தில் நடந்த சாதி மறுப்பு காதல் திருமணங்களையும் உங்கள்முன் கொண்டுவந்து இருக்கிறேன்.

என்னிடம் சிலர் மார்க்சிஸ்ட் கம்யூனிஸ்ட் கட்சியின் ஊழியர் என்று சொல்லிக்கொண்டு வேறு ஏதோ வேலை பார்ப்பதாக தெரிகிறது என்றும், இப்போது சாதி எங்கே இருக்கிறது என்றும் கூறுகின்றனர். தீண்டாமையோ எங்குமே இல்லை என்று அடித்துச் சொல்லுகின்றனர். வேறு சிலர் அது என்ன தீண்டாமை ஒழிப்பு? முதலில் நம்ம நாட்டில் சாதியை ஒழிக்கனும் சார் என்று சர்வ சாதாரணமாக கூறுகின்றனர்.

நிலப்பிரபுத்துவத்தை இந்தியாவில் அழித்து ஒழிப்பது மூலமாகத்தான் சாதியை ஒழிக்க முடியும். அதுவரை தீண்டாமைக்கு எதிரான தீப்பந்தத்தை உயர்த்திப் பிடிப்போம் என்கிறது இந்த நூல்.

நமது நாட்டின் பிரதமர் ஒரே தேசம், ஒரே ஆட்சி, ஒரே மதம், ஒரே இனம், ஒரே மொழி, ஒரே தேர்தல், ஒரே ஆதார், ஒரே கலாச்சாரம், ஒரே பண்பாடு, ஒரே தேர்வாணையம், ஒரே சீர் உடை, ஒரே குடும்ப அட்டை என முழங்கிக்கொண்டு இருக்கிறார். வேற்றுமையில் ஒற்றுமை காண்பதே நமது மரபு என்பதை வசதியாக மறந்துவிட்டார். ஆனால் ஒரே சாதி என்று அறிவிப்பாரா? அது அவரால் முடியாது.

மனுஸ்மிருதி கூறிய வர்ணாசிரம கட்டமைப்பையே நாம் அனைவரும் பின்பற்ற வேண்டும் என்றுதான் இவர்கள் எதிர்பார்க்கிறார்கள்.

பிரம்மனின் நெற்றியில் உதித்தவன் பிராமணன் -
வேதங்கள் ஓதுவான்.
பிரம்மனின் தோள்பட்டையில் உதித்தவன் சத்திரியன் -
ஆட்சி செய்வான்.

பிரம்மனின் முழங்காலில் உதித்தவன் வைசியன் -
வணிகம் செய்வான்.
பிரம்மனின் பாதங்களில் உதித்தவன் சூத்திரன் -
குலத் தொழில்கள் என கடைநிலைப் பணிகளைச் செய்கிறவன்.

இந்நான்கு வர்ணங்களுக்கும் சேவகம் செய்கிறவன் சண்டாளன். அவன்தான் ஒடுக்கப்பட்ட பஞ்சமன். அவனுடைய பிறப்பு பற்றி மட்டும் குறிப்பிடப்படவில்லை.

மதச்சார்பற்ற ஜனநாயக இடதுசாரி சக்திகள் வரலாற்று சக்கரத்தை முன்னுக்கு இழுத்துச் செல்ல முயற்சிக்கும் வேளையில் மதவெறி பாசிச சக்திகள் பின்னுக்கு இழுக்க தங்களுடைய சகல அதிகாரங்களையும் துஷ்பிரயோகம் செய்துகொண்டு இருக்கிறார்கள்.

50 ஆண்டுகளுக்கு முன்பு, சாதி மறுப்புத் திருமணம் செய்து கொண்டு சமூகத்தில் மதிக்கத்தக்க குடும்பமாய் வாழ்ந்து கொண்டு இருக்கிற எனது சகோதரர் ஒருவரை இன்றும் சாதி துரத்திக்கொண்டு இருக்கிறது. அவரது குலதெய்வத்தை வணங்கிட கோவிலில் வரி வாங்க மறுக்கிறது.

இந்த ஆண்டு நடந்த ஒரு திருமணத்தில் தம்பதிகளின் சமூக அந்தஸ்து கருதி தன் கட்டுப்பாடுகளில் இருந்து விலகி கிராமம் முழுவதும் அத்திருமணத்தில் கலந்துகொண்டது. இன்னும் ஒரு கிராமம் வரட்டுக் கவுரவத்துடன் இன்றும் இத்திருமணத்தைப் புறக்கணித்துவிட்டது. இன்னும்கூட, தான் பாசமாகப் பெற்று வளர்த்த சொந்த மகளையே சாதி வெறிக்குத் தாய், தந்தையினர் பலி கொடுப்பதைப் பார்க்க முடிகிறது. இதுதான் நமது சமுதாய நிலை.

"அதனால்தான் கவிப் பேரரசு வைரமுத்து,
எங்க ஊர் நெருப்பு வீடெரிக்கும்
காடெரிக்கும், ஆளெரிக்கும்
தீயெரிக்கும்
பாவி மக்கா, சாதி எரிக்கும்
நெருப்பை எப்பப்பா
கண்டுபிடிக்கப் போறீங்க" என்று வெகுண்டெழுந்தார்.

இந்திய கம்யூனிஸ்ட் இயக்கம் எண்ணற்ற வீரத்தழும்புகளை தாங்கி ஒரு நூற்றாண்டைக் கடந்துவிட்டது. அதன் தலைமகன் தோழர் என். சங்கரய்யா அவர்கள் தன் குடும்பத்துக்குள்ளேயே, குட்டி இந்தியாவைப் படைத்து சாதி மறுப்புத் திருமணங்களுக்கு முன் உதாரணமாய் வாழ்ந்து காட்டி நூற்றாண்டைக் கடந்துவிட்டார். அவர் வழியில் நாமும் அணி வகுப்போம்.

இந்நூலை தொகுத்து வழங்க உதவிய தென் மண்டல A.I.I.E.A. துணைத் தலைவர் கே. சாமிநாதன் அவர்களுக்கும், தமிழ் மாநில செயற்குழு உறுப்பினரும் திண்டுக்கல் மாவட்டக் குழூப் பொறுப்பாளருமான மதுக்கூர் ராமலிங்கம் அவர்களுக்கும் என் நெஞ்சார்ந்த நன்றியை தெரிவித்துக் கொள்கிறேன்.

தமிழ்நாடு தீண்டாமை ஒழிப்பு முன்னணியின் தமிழ் மாநிலக்குழு பொதுச் செயலாளர் - இந்த அரங்கத்திற்கு வழிகாட்டிய தோழர் கே.சாமுவேல்ராஜ் அவர்களுக்கும், முன்னுரை வழங்கிய மாநிலத் தலைவர் தோழர் டி. செல்லக்கண்ணு அவர்களுக்கும் என் இதயம் கனிந்த நன்றியை கூறிக்கொள்கிறேன்.

என் மீது அன்பும் அக்கறையும்கொண்ட காந்தி கிராமிய பல்கலை பேராசிரியை திருமதி. பாலசுந்தரி அவர்களுக்கும் இந்நூலை எழுத்து வடிவமாக்கிய எனது இணையர் வீ. கல்பனா அவர்களுக்கும் தட்டச்சு செய்த ஃப்ரெண்ட்ஸ் கம்ப்யூட்டர் நிறுவனத்தின் தோழர்கள் என்.காமலட்சுமி மற்றும் மு.இராஜலட்சுமி அவர்களுக்கும் நான் நன்றிக் கடன்பட்டு இருக்கிறேன்.

நான் இந்த நூலை எழுதவும் இதில் உள்ள இயக்கங்களில் என்னுடன் பங்குகொண்ட சிபிஐஜ(எம்) மாநில செயற்குழு உறுப்பினர் கே. பாலபாரதி, மாநிலக்குழு உறுப்பினர் என்.பாண்டி, திண்டுக்கல் மாவட்டக்குழூச் செயலாளர் தோழர் ஆர். சச்சிதானந்தம் மற்றும் மாவட்ட செயற்குழு உறுப்பினர்கள் கே. அருள்செல்வன், டி. முத்துசாமி, ஜி. ராணி உட்பட மாவட்டக்குழூத் தோழர்களுக்கும், தீண்டாமை ஒழிப்பு முன்னணி மாவட்டச் செயலாளர் கே.டி.கலைச்செல்வன், பொருளாளர் ஆர்.வனஜா, 'தீக்கதிர்' இலமு, வழக்கறிஞர் சார்வாகன், பேராசிரியை சோ.மோகனா, எம்.குருசாமி, தமிழர் சமூக நீதிக் கழகத்தின் மாநிலத் தலைவர் சுறா. தங்கபாண்டியன், மாநிலச் செயலாளர் சரவணன், தலித் விடுதலை இயக்கத்தின் மாநிலத் தலைவர் கருப்பையா, தமிழ்ப் புலிகள் கட்சியின் மாவட்டத் தலைவர்கள், வழக்கறிஞர் கே. சின்னகருப்பன், மருதை திருவாணன், ஆதித் தமிழர் கட்சியின் மாவட்டச் செயலாளர் பாண்டி ஆகியோருக்கும், புத்தக வடிவில் கொண்டுவர உதவிய பாரதி புத்தகாலயத்தினருக்கும் என் நன்றியை காணிக்கை ஆக்குகிறேன்.

செவ்வணக்கத்துடன்!

<table>
<tr><td>இடம்: திண்டுக்கல்</td><td align="right">தோழமையுள்ள,</td></tr>
<tr><td>நாள்: 02.03.2023</td><td align="right">எம். ஆர்.முத்துசாமி</td></tr>
</table>

இளையோர்க்கு வழிகாட்டும் கையேடு

முனைவர் டாக்டர் எஸ்.பாலசுந்தரி எம்.எஸ்சி., எம்.எட்.,

காந்தி கிராம பல்கலைக்கழகம்

உலகில் எழுதப்பட்ட விடுதலைப் போராட்ட வரலாறுகள் அனைத்தும் அதிகார வர்க்கத்திற்கு எதிரான போராட்டங்களும் சாதாரண மனிதர்களின் ரத்தத்தினாலும் களத்தில் உயிரிழந்தவர்களின் தியாகத்தின் மீதுமே எழுதப்பட்டிருக்கிறன. சமுதாயத்தின் பொதுவெளியில் தீண்டத்தகாதவர்களாக கருதப்படும் பெண்களின் உடல்கள் சிறைக்கூடத்திலும் போராட்ட வெளிகளிலும் அதிகமாக அத்துமீறி தீண்டிச் சிதைக்கப்பட்ட நிகழ்வுகளை இழப்புகளின் வலிகளையும் இன்னும் இச் சமுதாயம் வடுக்களாய்த் தாங்கித்தான் நகர்ந்துகொண்டிருக்கிறது.

குறைந்த கூலிக்கு களவாடப்படும் உழைப்புச் சுரண்டல்களும் உணர்வு ரீதியான அமுக்குதல்களும் சமூக ரீதியான அழுத்தங்களும் வன்முறையாக ஏவப்பட்டு தீண்டத்தகாதோர் என்ற சமூக அடையாளத்தோடு இன்றும் இந்திய சமூகத்தின் ஒரு பெரும்பகுதியினர் மனித மாண்பு சிதைக்கப்பட்டவர்களாக வாழ்ந்துகொண்டிருப்பது ஒட்டுமொத்த இந்திய சமூகத்திற்கு மாபெரும் களங்கமே. சுதந்திர இந்தியாவாக நம் நாடு அறிவிக்கப்பட்டு 76 ஆண்டுகள் ஆன பின்பும் இங்கு யாருக்கு சுதந்திரம் என்பது ஒரு விடை தேடும் கேள்வியாகவே உறுத்திக் கொண்டிருக்கிறது.

இந்த இருபதாம் நூற்றாண்டின் தொடக்கத்தில் தோன்றி நூறாவது ஆண்டை நெருங்கிக்கொண்டிருக்கும் இடதுசாரி இயக்கங்களும் அவற்றின் சித்தாந்தங்களும் அதனால் விளைந்த விழிப்புணர்வின்பால் தூண்டப்பட்டு விழிப்படைந்த சிந்தனையாளர்களின் மற்றும் புரட்சியாளர்களின் போராட்டங்களால், தியாகங்களால் மனிதமாண்பை, சமூகநீதியை உறுதிசெய்ய வேகம் கொண்டு எழுந்த செயல்பாடுகள்கூட இப்பொழுது வலுவிழந்துள்ளன. வலதுசாரி சிந்தனைகள் சமூக சமத்துவத்தை, சமூக நீதியை தகர்க்கும் விதத்தில் வளர்ந்துகொண்டிருப்பதை பார்க்க முடிகிறது. இந்தக் காலகட்டத்தில், 'தீண்டாமைக்கு

எதிரான தீப்பந்தங்கள்' என்ற இந்த நூல் இன்றைய திண்டுக்கல் மாவட்டத்திலும் அதனைத் தாண்டி அதன் சுற்றுவட்டாரங்களிலும் ஆதிக்க சக்திகளின் சாதிய ஆணவப் போக்கில் சிக்குண்ட சிதைந்த பட்டியலின் மக்களின் மீதான தீண்டாமைக் கொடுமையினை விரிவாகப் பேசுகிறது. அதனைக் களைய தங்களின் வாழ்க்கையையே தீப்பந்தங்களாக ஏற்றி எரிந்து ஒளியான வீரத்தியாக மார்க்சிஸ்ட் கம்யூனிஸ்ட் தோழர்களின் போராட்டம், வெற்றி மற்றும் உயிர்த் தியாகம் பற்றிய வரலாற்று ஆவணமாக தோழர். எம்.ஆர். முத்துசாமி அவர்களால் எழுதப்பட்டுள்ளது.

முந்தைய வரலாற்றை அடுத்த தலைமுறைக்கு கடத்துவது என்பது மிகவும் இன்றியமையாததாகும். வெற்று அடையாள அரசியலில் தங்களது உழைப்பை நேரத்தை வீணடித்துக் கொண்டிருக்கும் இளைஞர்களை நெறிப்படுத்தி தத்துவார்த்த ரீதியான அரசியலுக்குத் திருப்ப இப்பதிவுகள் உதவும் என்பதை அறிந்தே செங்கொடி வீரர்களின் அர்ப்பணிப்பு, உழைப்பு, தியாகம் குறித்து நிறைய தரவுகளோடு எம்.ஆர்.எம்.பகிர்ந்துள்ளார்.

இந்தப் பதிவுகள் இன்றைய செங்கொடி தாங்கும் இளைய தோள்களுக்கு நிச்சயம் வலுவூட்டும்.

2018ஆம் ஆண்டில் வெளிவந்த 'தீண்டாமைக்கு எதிரான தீப்பந்தங்கள்' நூலின் முதல் பதிப்பில் இருந்து கொஞ்சம் மாறுபட்டு இந்த இரண்டாம் பதிப்பு எழுதப்பட்டிருக்கிறது. இந்நூலின் முதல் பாகத்தில் 1946ஆம் ஆண்டும் அதற்கு சற்று முந்தைய ஆண்டுகளில் இருந்தே சாதிய வன்மப் போக்கில் ஆதிக்க வர்க்கத்தினரால் விளிம்புநிலை மக்களின் சமூகப் பொருளாதார உளவியல் உணர்வியல் உழைப்பு மற்றும் பண்பாடு என அனைத்து வாழ்வியல் கூறுகளின் மீதும் கட்டவிழ்த்து விடப்பட்ட வன்முறைக் தாக்குதல்களுக்கு எதிரான கம்யூனிஸ்ட் தோழர்களின் போராட்டம், உயர்த்தியாகம், வெற்றி வரலாறு இந்நூலில் ஆவணமாக்கப்பட்டுள்ள முறை பாராட்டுக்குரியதே.

இந்நூலின் இரண்டாம் பாகம் கடந்த அறுபது ஆண்டுகளாக திண்டுக்கல் மாவட்டத்தில் கம்யூனிஸ்ட் தோழர்களின் சொந்த வாழ்வில் நடந்த சாதி மறுப்புத் திருமணங்களைப் பற்றியும் மற்றும் திண்டுக்கல் மாவட்டத்தில் சாதி கலப்புத் திருமணங்களில் இணைந்தவர்களின் வாழ்வில் அவர்களுடைய பாதுகாப்பிற்கும் சமூக அங்கீகாரத்திற்கும் இந்திய சட்ட வழிமுறை வழுவாமல்

செய்த பங்களிப்பு பற்றியுமான கட்டுரைகளாகத் தொகுக்கப்பட்டு இருக்கிறது.

'தீண்டாமைக்கு எதிரான தீப்பந்தங்கள்' என்ற தோழர் எம்.ஆர்.முத்துசாமி அவர்களின் இந்த நூல் களப்பணியாற்றும் அத்தனை தோழர்களுக்கும் செங்கொடி வீரர்களுக்கும் முன்னுதாரணம் ஆகும். இதேபோல் அவரவர் ஆற்றிய பங்களிப்பினை, களப்பணிகளின் சாதனைகளை இன்னும் பல கள செயற்பாட்டாளர்கள் நூல் வடிவம் ஆக்கினால் தோழர்களின் ஒட்டுமொத்தப் பங்களிப்பு பொதுச் சமூகத்திற்கு அறிவிக்கப்படுவதோடு மட்டுமல்லாமல் இயக்கம் சார்ந்த, சாராத அனைத்து இளையோர்களுக்கும் சமூக செயல்பாட்டு வழிகாட்டுக் கையேடாகவும் மாற வாய்ப்பு இருக்கிறது. தோழர் எம்.ஆர். முத்துசாமி அவர்களின் இச்சீரிய முயற்சிக்கும் பொதுநலமே தன் சுயநலமாக்கிக்கொண்ட அவரின் செயல்பாடுகளுக்கும் அன்பு கலந்த நன்றி. சேர்ந்தே பயணிப்போம்!

∎

அனுபவங்களின் ஆவணம்

த.செல்லக்கண்ணு, மாநிலத் தலைவர்
தமிழ்நாடு தீண்டாமை ஒழிப்பு முன்னணி

தோழர் எம்.ஆர்.முத்துசாமி ஒரு சிறந்த சமுக அர்ப்பணிப்பாளர். வரலாற்றில் சிவப்புத் தடம் பதித்த முற்போக்குச் சிந்தனை கொண்ட எரியோடு மண்ணுக்குச் சொந்தக்காரர். சிபிஐஐ(எம்) கட்சியின் திண்டுக்கல் மாவட்டக் குழு உறுப்பினர். தேனீபோல செயல்படும் மூத்த தோழர். தமிழ்நாடு தீண்டாமை ஒழிப்பு முன்னணியின் மாவட்டச் செயலாளராக பல ஆண்டுகள் செயல்பட்டவர். தற்போது இந்த அமைப்பின் மாவட்டத் தலைவராகப் பொறுப்பேற்றுச் செயல்பட்டு வருகிறார்.

பொதுவாகவே திண்டுக்கல் மாவட்டத்தின் கம்யூனிஸ்ட் கட்சியின் வரலாறு உத்வேகமூட்டக்கூடியது. சமுகப் போராட்டங்களையும் வர்க்கப் போராட்டங்களையும் ஒன்றிணைத்து நடத்திய பெருமை இந்த மாவட்டத்திற்கு இருக்கிறது. அதன் பிரதிபலிப்புதான் இவரின் படைப்புகள்.

தோழர் எம்.ஆர்.முத்துசாமி இதற்குமுன், 'தீண்டாமைக்கு எதிரான தீப்பந்தம்' என்ற நூலை வெளியிட்டிருந்தார். அந்தப் புத்தகத்தில் திண்டுக்கல் மாவட்டத்தில் தமிழ்நாடு தீண்டாமை ஒழிப்பு முன்னணியின் சார்பில் நடைபெற்ற போராட்டங்களையும் வெற்றிகளையும் பட்டியல் சமுக மக்களுக்குப் பெற்றுத்தந்த உரிமைகளையும் ஆவணப்படுத்தி இருந்தார்.

தற்போது, 'தீண்டாமைக்கு எதிரான தீப்பந்தம்' இரண்டாவது தொகுதியாக உங்கள் கைகளில் தவழ்ந்து வருகிறது. இந்த நூலில் இம்மாவட்டத்தில் கடந்த 1946 முதல் 2022 இறுதிவரை மார்க்சிஸ்ட் கம்யூனிஸ்ட் கட்சி பொதுமக்களுக்காக நடத்திய அளப்பரிய போராட்டங்களைப் பதிவு செய்திருக்கிறார். இக்காலகட்டத்தில் நடைபெற்ற பழங்குடி சமுக மக்களின் விடுதலைக்காக தொடர்ந்து நடத்தி வரக்கூடிய போராட்டங்களையும் ஆவணப்படுத்தி உள்ளார்.

இந்த இரண்டாவது நூலின் முன்னுரையை எழுதுவதற்கான அரிய வாய்ப்பை எனக்கு வழங்கியது மிக்க மகிழ்ச்சி.

இந்நூலை நான் படிக்கிறபோது பட்டியல் சமுக மக்களின் வாழ்க்கையில் வறுமை, தீண்டாமைக் கொடுமை, அறியாமை,

அடக்குமுறை இவற்றையெல்லாம் எதிர்த்து எப்படிக் களமாடுவது என்ற அனுபவங்களை மனத்தில் பதிக்க முடியும் என்ற உணர்வு தோன்றுகிறது. இந்த நூல் வாசிக்க அனைவருக்கும் கிடைக்கக் கூடிய ஓர் அரிய புத்தகமாக அமையும் என்பதை பெருமையுடன் குறிப்பிட விரும்புகிறேன்.

இந்நூல் மூன்று அத்தியாயங்களை உள்ளடக்கியதாக இருக்கிறது. 1946ல் அன்னை அக்னீஸ்மேரியும் அவரது சகோதரிகளும் நியாயத்திற்காகவும் நீதிக்காகவும் போராடியபோது காவல்துறையினரால் நடத்தப்பட்ட கொடுமைகள், சித்ரவதைகள், ஆகியவற்றை விளக்குகிறது. சிறை மரணங்களில் துவங்கி நெருப்பில் பூத்த சிவப்பு ரோஜா தோழர் எஸ்.ஏ.தங்கராஜன் அவர்களின் போராட்ட வாழ்க்கையை ஆவணப்படுத்தி இருக்கிறது. திண்டுக்கல் மாவட்டம் முழுவதும் மார்க்சிஸ்ட் கம்யூனிஸ்ட் கட்சி மக்களுக்காக நடத்திய போராட்ட அனுபவங்களையும், சாதி ஆணவ படுகொலைகளையும் கந்துவட்டிக் கொடுமையால் பாதிக்கப்பட்ட மக்களை பாதுகாத்த வரலாற்றையும் பதிவு செய்துள்ளது. சாதி வெறியர்களுக்கு மத்தியில் தொப்பம்பட்டி காளீஸ்வரன்-சிவபிரபா முதல் விஷ்ணுவர்தன் - கீர்த்தனா திருமணம் வரை சுமார் 30க்கும் மேற்பட்ட சாதி மறுப்புத் திருமணங்களை நடத்தி வைத்து தம்பதிகளைப் பாதுகாத்த பெருமைமிக்க சமூகப் போராட்ட விவரங்களையும் விளக்கியுள்ளார்.

அத்தியாயத்தின் ஒவ்வொரு தலைப்பின் விவரங்களை வாசிப்பவர்கள் அவ்வளவு எளிதாகக் கடந்துவிட முடியாது. ஒரு போராட்டத்திற்கு பின்னால் நடைபெற்ற சித்ரவதைகள், சிறைக் கொடுமைகளோடு 40 ஆண்டுகளுக்கு முன்பாக நடந்த போராட்டத்தை கண்முன் கொண்டுவந்து நிறுத்தும் அளவிற்கு உணர்வுப்பூர்வமாக அமைந்துள்ளன. போராட்டத்தில் கலந்து கொண்ட தோழர்களின் எண்ணிக்கை, தலைவர்களின் பெயர்கள் தாக்குதலுக்குள்ளானவர்கள், போராட்டக் களத்தின் சூழல் ஆகியவற்றைப் பதிவு செய்துள்ள விதம் அற்புதமானது.

அதன் மூலமாக திண்டுக்கல் மாவட்டத்தில் உள்ளாட்சி பிரதிநிதிகளாக, நகர்மன்ற துணைத் தலைவர்களாக, நகர்மன்றத் தலைவர்களாக, சட்டமன்ற உறுப்பினர்களாக தோழர்கள் என்.வரதராஜன், எஸ்.ஏ.தங்கராஜன், என்.பழனிவேல், தோழர் பாலபாரதி உள்ளிட்டோர் தொடர்ந்து மார்க்சிஸ்ட் கம்யூனிஸ்ட் கட்சியின் சார்பில் மக்கள் மன்றத்தில் நடத்திய போராட்டங்களை

விளக்கியுள்ளார். திண்டுக்கல் மாவட்டத்தின் மார்க்ஸிஸ்ட் கட்சியின் ஓர் ஆவணப் பெட்டகமாக வழங்கியிருக்கிறார் தோழர் எம்.ஆர்.எம். அவர்கள்.

மேலும் பட்டியல் சமூக மக்களின் மீதான தீண்டாமைக் கொடுமைகளை, குழந்தைகளுக்கு பள்ளிகளில் ஆசிரியர்களால் நடத்தப்பட்ட தீண்டாமைக் கொடுமைகள், கொத்தடிமைகள் மீட்புப் பிரச்சனை போன்றவற்றில் மக்களைத் திரட்டி நடத்திய போராட்ட அனுபவங்களையும் மிகச் சிறப்பாக விளக்கியுள்ளார்.

பொதுவாக ஒரு வரலாற்று ஆவணத்தை முறையாகப் பதிவு செய்வது என்பது எல்லோராலும் செய்யக்கூடிய காரியம் அல்ல. அது ஒரு சிலரால் மட்டுமே செய்ய முடியும் என்ற வகையில் மிகச் சிறப்பான முறையில் திண்டுக்கல் மாவட்டத்தினுடைய வரலாற்றை நீண்ட அனுபவத்தோடு தொகுத்துப் பதிவு செய்துள்ளார் தோழர் எம்.ஆர்.எம். இது போன்று இன்னும் பல தோழர்கள் இந்தப் பணியை செய்வது மிகவும் அவசியமான ஒன்று.

இந்திய தேசத்தில் சமூக மாற்றத்துக்கான போராட்டத்தில் கம்யூனிஸ்ட் கட்சி மற்றும் தமிழ்நாடு தீண்டாமை ஒழிப்பு முன்னணியின் பங்களிப்பை எதிர்காலச் சந்ததியினர் தெரிந்துகொள்ள ஓர் அரிய வாய்ப்பாகும். இந்த வகையில் மிகச்சிறந்த ஆவணத்தை உருவாக்கி இருக்கக்கூடிய அன்புத்தோழர் எம்.ஆர்.எம். என்று எல்லோராலும் அழைக்கப்படும் எம்.ஆர்.முத்துசாமி அவர்களை மீண்டும் ஒருமுறை தமிழ்நாடு தீண்டாமை ஒழிப்பு முன்னணியின் மாநில மையத்தின் சார்பில் வாழ்த்துகிறேன். இது போன்று பல வரலாற்று ஆவணங்களை மேலும் மேலும் தோழர் எம்.ஆர்.எம். அவர்கள் பதிவு செய்ய வேண்டுமென கேட்டுக்கொள்கிறேன்.

உங்கள் கைகளில் தவழும் இந்த நூலை அவசியம் படித்து நிறை, குறைகளைச் சொல்லுங்கள். படைப்பாளரை உற்சாகப் படுத்துங்கள்.

மனுவின் மர்மப் புன்னகை

மதுக்கூர் இராமலிங்கம்,
ஆசிரியர், தீக்கதிர்

மனுஸ்மிருதி குறித்த விவாதம் மீண்டும் முன்னுக்கு வந்துள்ளது. விடுதலை சிறுத்தைகள் கட்சித் தலைவர் தோழர் தொல்.திருமாவளவன், திமுக கொள்கை பரப்புச் செயலாளர் ஆ.ராசா ஆகியோர் மனுஸ்மிருதியில் உள்ள சில வாக்கியங்களை மேற்கோள் காட்டி அந்த நூல் எந்த அளவுக்கு உழைக்கும் மக்களையும், பெண்களையும் இழிவுபடுத்துகிறது, சனாதன சாதியத்தை நியாயப்படுத்துகிறது என்று பேசினர். ஆர்எஸ்எஸ் பரிவாரம் உடனே ஆத்திரமடைந்து மேற்கோள் காட்டியவர்கள் பெண்களை இழிவுபடுத்திவிட்டார்கள் என இட்டுக்கட்டி விஷமப் பிரச்சாரத்தில் ஈடுபட்டனர். ஆட்சி அதிகாரம் யார் கைக்கு மாறினாலும் சமூக அதிகாரம் மூவாயிரம் ஆண்டுகளுக்கும் மேலாக சாதி ஆதிக்க சக்திகள் கையில்தான் இருக்கிறது. தீண்டாமைக் கொடுமை தலையெடுக்கும் இடங்களிலெல்லாம் மனு எனும் மனிதகுல விரோதி மர்மமாகப் புன்னகைக்கிறான்.

மனுநூலை நேரடியாக நடைமுறைப்படுத்தாமல் இருக்கலாம். ஆனால் மனித மனங்களில் மனு விதைத்த விஷ விதை முளைத்து காடாக மண்டிக்கிடக்கிறது. சாதியக் கொடுமைகளுக்கு எதிராகவும் தீண்டாமைக்கு எதிராகவும் சித்தர்கள் துவங்கி, வள்ளலார் வரை பெருங்குரலெடுத்துப் பேசிய பிறகும் தீண்டாமை இன்னமும் ஒழியவில்லை. சாதியப் பாகுபாடுகள் மறையவில்லை. பல்வேறு சீர்திருத்த இயக்கங்கள் தீண்டாமைக் கொடுமைக்கு எதிராக போராடி வந்துள்ளன. வருகின்றன.

ஆனால் பொதுவுடைமை இயக்கம் சாதிய சமூகத்தின் வேர்களை விசாரித்து, பொருத்தமான தீர்வினை முன்வைக்கிறது. சாதிக்கும் நிலவுடைமைச் சமூகத்திற்கும் இடையிலான இயங்கியலை சரியாகப் புரிந்துகொண்டு சாதியக் கொடுமைகளுக்கும் தீண்டாமைக்கும் எதிரான போராட்டத்தில் களத்திலும், கருத்தியல் தளத்திலும் நடத்த வேண்டும் என்று மார்க்சிஸ்ட் கம்யூனிஸ்ட் கட்சி வலியுறுத்துகிறது. சாதிக்கும், வர்க்கத்திற்கும் இடையிலான உறவைப் புரிந்துகொண்டால்தான் இரண்டுக்கும் எதிரான போராட்டத்தில் சரியான விகிதத்தில், சரியான தளத்தில் நடத்த முடியும்.

தமிழகத்தின் மார்க்சிஸ்ட் கம்யூனிஸ்ட் கட்சியும் அதன் வர்க்க வெகுமக்கள் அமைப்புகளும் சாதியப் பாகுபாடுகளுக்கு எதிரானப் பல்வேறு போராட்டங்களை வர்க்கப் போராட்டத்தின் ஒருங்கிணைந்த பகுதியாக நடத்தி வந்துள்ளன. நிலப்பிரபுத்துவத்திற்கு எதிரான போராட்டம் சாதிய சமூகத்திற்கு எதிரான போராட்டத்தின் தவிர்க்க முடியாத ஒருங்கிணைந்த பகுதியாகும். மார்க்சிஸ்ட் கம்யூனிஸ்ட் கட்சியின் பொதுச் செயலாளர் தோழர் சீத்தாராம் யெச்சூரி, இரண்டு கால்களால் நடத்த வேண்டும் என்று குறிப்பிடுவார்.

தோழர் எம்.ஆர்.முத்துசாமி, தீண்டாமைக் கொடுமைக்கு எதிராகப் போர்க்களத்தின் தீரமிக்க போராளி. திண்டுக்கல் மாவட்டத்தில் பல்வேறு போராட்டங்களுக்கு தலைமையேற்று சமூக நீதிக்கான போரில் முன்னணிப் படை வீரராகத் திகழ்பவர். குறிப்பாக தீண்டாமை ஒழிப்பு முன்னணியின் தலைமைப் பொறுப்பில் இருந்து நகரங்கள் துவங்கி, கிராமங்கள் வரை அயர்வற்ற போராட்டங்களை நடத்தி வருபவர்.

அவரது போராட்ட அனுபவத்தின் விளைச்சலாக இந்த இரண்டாவது நூல் விளங்கியுள்ளது. திண்டுக்கல் மாவட்டத்தின் தீண்டாமைக்கெதிரான போராட்டத்தை முன்னெடுத்த ஆக்னிஸ் மேரி மற்றும் அன்பு சகோதரிகள், மகத்தான தலைவர் எஸ்.ஏ.தங்கராஜன் படுகொலை செய்யப்பட்ட எம்.ஏ.வெங்கடாசலம், இயக்க அனுபவங்களை இலக்கியமாக்கிய மகத்தான படைப்பாளி எழுத்தாளர் டி.செல்வராஜ், தொழிலாளர் வர்க்கத்தில் தோன்றிய எஸ்.முனுசாமி, ஆயக்குடி தந்த போர்வீரர் என்.பழனிவேல், மக்கள் மருத்துவராகவும், சமூகப் பிணி மருத்துவராகவும் திகழும் டாக்டர் ஜி.ராஜேஸ்வரன், பழனி நகர்மன்றத் தலைவராக பணியாற்றிய வரத.ராஜமாணிக்கம் உள்ளிட்டோரின் சாதிய எதிர்ப்புப் போராட்டங்களை சுவைபட படம் பிடித்துள்ளார்.

மேலும் திண்டுக்கல் மாவட்டத்தில் கட்சியும், வெகுமக்கள் அமைப்புகளும், தீண்டாமை ஒழிப்பு முன்னணியும் தலையிட்டுத் தீர்வுகண்ட தீண்டாமை ஒழிப்புப் போராட்டங்களையும் தொகுத்து தந்துள்ளார். தோழர் எம்.ஆர்.முத்துசாமி நேரடியாகத் தலையிட்ட போராட்டங்கள் என்பதால் கள அனுபவங்கள் காட்சிகளாக விரிகின்றன.

ஒரு பலகாரம் நன்றாக இல்லை என்று கூறுவதற்கு கூட இந்த தேசத்தில் சாதியத் தகுதி தேவைப்படுகிறது. ஆனால் சிலர் ஒன்றும் தெரியாததுபோல் சாதி எங்கே இருக்கிறது எங்கே என்று கேட்கிறார். இந்தக் கேடுகட்ட சாதிய சமூகம் வாழத்தான் விடுவதில்லை. சுடுகாட்டுக்கும் அங்கு போவதற்கு உரிய பாதைக்கும்கூட போராட வேண்டிய நிலையில்தான் விடுதலைபெற்ற இந்திய தேசம் இருக்கிறது.

கல்விக்கூடங்களும்கூட சாதியப் பாகுபாடுகளுக்கு விளக்காக இல்லை. இந்த நூலில் உள்ள ஒவ்வொரு சம்பவமும் கற்பனையில் எழுதப்பட்ட கதைகள் அல்ல. நெஞ்சைச்சுடும் நெருப்பு நிஜங்கள் ஒரு மாவட்டத்திலேயே இத்தனை கொடுமைகள் என்றால் மாநிலத்தில் இந்தியா எனும் தேசத்தில் எத்தனை கொடுமைகளோ என நெஞ்சம் பதறுகிறது.

அரற்றிப் பயனில்லை. ஆற்றலோடு போராடுவதைத்தவிர வேறு வழியில்லை. அதற்கான தெம்பையும், திராணியையும் இந்த நூல் தருகிறது. தீண்டாமையின் கடைசி எச்சத்தையும் எரித்து முடிக்கும்வரை பொதுவுடைமை சமூக நீதிப்போராளிகளுக்கு ஓய்வில்லை. இந்த நூல் ஒரு வரலாற்று ஆவணமாகத் திகழ்கிறது. புதிய வரலாற்றை எழுதுவதற்கான பாதையையும் சமைத்துத் தருகிறது. தோழர் எம்.ஆர்.முத்துசாமிக்கு வாழ்த்துகள். அவரது இப்பணி தொடரட்டும்.

உள்ளடக்கம்

பகுதி-III

சாதிமறுப்புக் காதல் திருமணம்

பகுதி - I

பகுதி - I

1

அன்னை ஆக்னிஸ்மேரியும், அன்பு சகோதரிகளும்

இந்திய நாட்டின் விடுதலைப் போராட்டம் உச்சத்தில் இருந்த காலம் 1946-ல் கப்பற்படை எழுச்சி, கம்யூனிஸ்ட் காங்கிரஸ் முஸ்லிம் கொடியை கடற்படை வீரர்கள் கப்பலில் ஏற்றி, வேலை நிறுத்தம் செய்தனர். மறுபுறம் தேசம் தழுவிய ரயில்வே தொழிலாளர் வேலை நிறுத்தமும் 1946-ல் வெடித்தது.

அவர்களுக்கு ஆதரவாக திண்டுக்கல் நகரில், தோல் பதனிடும் தொழிலாளர் சங்கம், நகர்சுத்தி தொழிலாளர் சங்கம், சுருட்டுத் தொழிலாளர் சங்கமும் ஆதரவுக்கரம் நீட்டி வேலைநிறுத்தத்தில் ஈடுபட்டனர். இப்போராட்டங்களுக்கு ஏ.பாலசுப்ரமணியம், வி.மதனகோபால், என்.வரதராஜன், எஸ்.ஏ.தங்கராஜன் ஆகியோர் வழிகாட்டினர். அதனால் இந்த தலைவர்கள் கைது செய்யப்பட்டதுடன் 144-தடை உத்தரவும் போட்டது பிரிட்டிஷ் காவல்துறை.

தங்கள் அபிமான தலைவர்கள் கைது செய்யப்பட்டதால் தோல் பதனிடும் தொழிலாளர்களும், செளரியார் பாளையம் மக்களும் சாலையில் இறங்கி மறியல் செய்தனர். தலைவர்களை விடுதலை செய்ய வலியுறுத்தினர். வயது வித்தியாசம் இல்லாமல் திரண்ட ஆயிரக்கணக்கான மக்கள் அபிராமி அம்மன் கோவில் அருகில் இருந்த காவல் நிலையத்தை முற்றுகையிட்டனர். காவல் துறையினர் போராட்டக்காரர்கள்மீது தாக்குதல் நடத்தினர். அங்கு பெரும் பதட்டமும் கலவரச் சூழலும் ஏற்பட்டது. திண்டுக்கல் நகரமே கொந்தளித்தது. செய்வதறியாது காவல்துறை அதிகாரிகள் கைபிசைந்து நின்றனர்.

அன்றைய உதவி ஆட்சியர் ராஜகோபால் ஐயங்கார் அரசுக்கு பின் கண்ட குறிப்பை அனுப்பி வைத்தார். "வெடிமருந்து கிடங்குபோல அந்தக் களம் இருந்தது. சிறிது கசிந்திருந்தாலும் படார் என வெடித்து சிதறி இருக்கும், அதனை நான் சமாளித்தேன்". இக்கூற்றை ஏற்குமா ஆங்கிலேய அரசு? தொழிலாளர்களுக்கு பாடம் புகட்டத் தீர்மானித்த அரசு மதுரையில் இருந்து போலீசாரை வரவழைத்தார்கள் போலீசார் வீடு தேடி சென்று செளரியார்பாளையம் உழைப்பாளி மக்களை விசாரித்தார்கள். புத்திசாலி சிறுவன் ஒருவன் தேவாலய மணியை அடிக்க, தெருவிலேயே ஆயிரக்கணக்கான மக்கள் கூடினர். குண்டாந்தடிகளோடு பாய்ந்த போலீஸ் கூலிப் பட்டாளத்தை ஆவேசத்தோடு தொழிலாளிகள் எதிர்கொண்டார்கள்.

பெண்களை திரட்டி களம்கொண்டு வந்த ஆக்னிஸ்மேரி என்ற

பெண் உட்பட மணி அடித்த சிறுவனும் மற்ற சிறார்களும் கடுமையான தாக்குதலுக்கு ஆளாகி படுகாயம் அடைந்தார்கள். தொழிலாளிகளுக்கும் காவல்துறைக்கும் ஏற்பட்ட மோதலில், குடிசைகளையும் பிரித்து எரிந்தனர் காவல் துறையினர். இதைக்கண்ட ஆக்னிஸ்மேரி அந்தக் காவலர்களுடன் மல்லுக்கட்டினார். வெகுண்டெழுந்த வெறிநாய்களாய் காவல்துறை லத்தியால் உடல் முழுதும் ரத்தம் வரும் வரை கடுமையாக அடித்து நொறுக்கினார்கள். அன்னையின் அடிவயிற்றில் ஏறி மிதித்து, உயிர்த்தளத்தை லத்தியால் இம்சை செய்தனர்.

தோழர்கள் ஏ.முனுசாமி, ஏ.சார்லஸ், ஓய்.ஜி. சின்னப்பன், சுருட்டு தங்கராஜ் உட்பட 200-க்கு மேற்பட்டோரை கைது செய்து மதுரை மத்திய ஜெயிலில் அடைத்தனர்.

தோழர் அமலோற்பம் தனது இரண்டு கைக்குழந்தைகளுடன் கைதானார். திருமணம் ஆன பதினைந்து நாள்களே ஆன புஷ்பம், காவலரின் கடும் தாக்குதலுக்கு உள்ளாகி ரத்தக் காயங்களுடன் ஆக்னிஸ்மேரி, அம்மணி அம்மாள், அங்காளம்மாள், மாகாளி ஞானமேரி மற்றும் இன்றும் வாழும் தோழர்கள் மருவீஸ், புஷ்பம், ருக்மணியம்மாள், சூசையம்மாள் சிறை வாசம் அனுபவித்தனர்.

படுகாயத்துடன் அனுமதிக்கப்பட்ட ஆக்னிஸ்மேரி தோழருக்கு மதுரை சிறையில் போதிய மருத்துவ உதவிகள் செய்யப்படவில்லை. சிறையில் இருந்தபோது பெண் வார்டர்கள் பெண் கைதிகளை கொடுமைப்படுத்தினார்கள்.

இதை தோழர் ஆக்னிஸ்மேரி கடுமையாக எதிர்த்துப் போராடினார். பெண் வார்டன் இதனால் ஆத்திரமடைந்து ஆக்னிஸ்மேரியை குறிவைத்துத் தாக்கினார். ஏற்கெனவே போலீஸ் தாக்குதலில் பாதிக்கப்பட்டு பலவீனமாய் இருந்த ஆக்னிஸ்மேரி வயிற்றுவலி, ரத்தப்போக்கு ஏற்பட்டு சாவின் கடிவாயில் தள்ளப்பட்டார்.

அடுத்த நாள் ஆக்னிஸ்மேரி இறந்து விட்டார் என அவரது உடலை மனசாட்சியற்ற சிறை நிர்வாகம் கொட்டும் மழையில் சிறைவளாகத்துக்குள்ளேயே வீசி எறிந்தது முதல் துயரம். கேள்விப்பட்டோர் கதறித்துடித்தனர். அமலோற்பவத்தின் கைக்குழந்தைகளும் சிறையிலேயே நோய்வாய்ப்பட்டு இறந்தது இரண்டாவது துயரம்.

மதுரை சிறையில் இருந்து கனத்த இதயத்தோடு விடுதலை ஆகிவந்த தோழர்களை வரவேற்க செளரியார்பாளையமே திரண்டு திண்டுக்கல் ரயில் நிலையம் சென்றது. அம்மணியம்மாவை மூன்று மாதமாக காணாத, அவரது நான்கு வயது மகன் ரங்கன் தன் தாயைப்

பார்த்த பாசத்துடிப்பில் 'அம்மா!' என்று கூவியவாறு ஓடி, தன் தாயைக் கட்டிப்பிடித்தபடி உயிர் நீத்தான். வரவேற்பு நிகழ்ச்சி சிறுவன் ரங்கனின் இறுதி நிகழ்ச்சி ஆனது மூன்றாவது துயரம். இம்மூன்றும் துயரம் அல்ல, தியாகம்.

தோல் பதனிடும் தொழிலாளர்கள் மற்றும் தலித் மக்களின் உரிமைக்காகப் போராடியவர்கள் கைது செய்யப்பட்டதைக் கண்டித்து வீரம் செறிந்த போராட்டத்தில் உயிர்நீத்த அன்னை ஆக்னிஸ்மேரிக்கு ஆயிரம் ஆயிரம் செங்கொடிப் புதல்வர்களின் வீரவணக்கம் உரித்தாகுக.

இரண்டு குழந்தைகளை சிறையில் நோய்க்குப் பலி கொடுத்த அமலோற்பவ அன்னையே, உன்னையே தாழ்பணிந்து வணங்குகிறோம்.

நான்கு வயது மகனை மூன்று மாதமாகப் பிரிந்து சிறையில் இருந்து வந்த அம்மணியம்மா! விடுதலை ஆகி வீடு வருவதற்குள் கட்டிப்பிடித்து உணர்ச்சிவசப்பட்ட மகன் ரங்கனை நீ இழந்தாய்! அம்மணியம்மா தாயே! தலைசாய்க்கிறேன் உன்னை நினைத்து.

காவல் நிலையத்துக்கு இழுத்துச்செல்லப்பட்ட ஆரோக்கியமேரி என்ற இருபத்து ஐந்து வயது யுவதி வீடு திரும்பவே இல்லை. அவரை சீரழித்து காக்கிச்சட்டை கயவர்கள் கொன்று புதைத்தனர்.

சௌரியார்பாளையத்தின் வீறுகொண்டு எழுந்த வீரப் பெண்மணிகளுக்கு தன்னிகரில்லாத, தாய்க்குலத்திற்கு, செங்கொடி செவ்வணக்கம் செய்கிறது. வீரவணக்கம் செலுத்துகிறது.

இறுதியாக இத்தகைய துயரமும், வீரமும் மிக்க சௌரியார்பாளைத்தில் தோழர்கள் அந்தோணி, ரத்தினம், சூசை ஆகியோரின் தாயார் 1958ல் சங்கத்திற்கு இலவசமாக ஓர் இடம் கொடுத்தார். ரயில்வே தொழிலாளர்களின் ஒப்பற்ற தலைவர் தோழர் கே.அனந்தநம்பியார் அடிக்கல் நாட்ட... 1960-ல் சங்க அலுவலகக் கட்டிடம் கட்டி முடிக்கப்பட்டது.

கொத்தடிமைகளாக இருந்த தொழிலாளிகளை சங்க உணர்வு ஊட்டி, போராட்டப் பாதைக்குக் கொண்டுவந்த அருமைத் தலைவர் ஏ.பாலசுப்பிரமணியன் அவர்கள் அலுவலகத்தை திறந்து வைத்தார். தோழர்கள் எஸ்.ஏ.தங்கராஜன், தனிஸ்லாஸ், எஸ்.எஸ். இருதயராஜன், எஸ்.ஏ.பிச்சைமுத்து, குரூஸ் ஆகியோர் அலுவலகம் அமைக்கும் பணியில் ஈடுபட்டார்கள். இன்றைக்கும் தொழிலாளி வர்க்கத்தின் உரிமைகளை பேணிப் பாதுகாக்கும் பாசறையாக இவ்வலுவலகம் செயல்பட்டு வருகிறது.

2

நெருப்பில் பூத்த சிவப்பு ரோஜா
எஸ்.ஏ. தங்கராஜன்

இன்றைக்கும் பேருந்தில் மதுரையிலிருந்து திண்டுக்கல் வருபவர்கள் தூங்கிகொண்டே வந்தாலும் தோமையார்புரம் வரும் போது விழிப்பு வந்துவிடும் தோல் பதனிடும் சாலையின் கழிவு நீர் நாற்றம் மூக்கைத் துளைக்கும். தோலைப் புடம் போட்டு, அமுக்கும் சுண்ணாம்புக்குழியில் நூற்றுக்கணக்கான தலித் கிறிஸ்தவர்கள் நாள் கணக்கில் வெந்து செத்துக் கிடந்தும், அற்பக் காசைக் கொண்டு ஓலைக்குடிசையில் இருக்கும் ஜீவன்களுக்கு கஞ்சி ஊற்ற வேண்டும். அத்தகைய குடும்பத்தில் அந்தோனிகுரூஸ், சந்தனம்மாளின் 5 குழந்தைகளில் ஒருவராக 07.09.1932-ல் தங்கராஜன் அவதரித்தார். அந்தோனி தொழிலாளிகளின் வேலையை மேற்பார்வையிடுவதால் அவர் மேஸ்திரி, இந்துவோ, முஸ்லீமோ மேற்பார்வையிட்டால் ஏஜென்ட். இதிலும் சாதியபாகுபாடு உண்டு. 5 குழந்தைகள் உட்பட 7 பேர் உள்ள குடும்பத்தில் ஒருவர் மட்டும் வேலை பார்த்தது கால் வயிற்றுக்கஞ்சிக்கே கஷ்டப்பட்டனர். ஆகவே வேறு சிலரைப்போல பிழைப்புக்காக சென்னையில் குடியேறினார்கள்.

அன்றைய மாநகராட்சிப் பள்ளியில் மாணவர்களை வரிசைப்படுத்தி அமரவைப்பதில் சாதிப் பாகுபாடு இருந்தது.

தங்கராஜுக்கு அப்போது ஞானசாமி ஆசிரியரின் தொடர்பு ஈர்ப்பை ஏற்படுத்தியது. 9-வது வரை படித்தவரை வறுமையால் 1945-ல் மதபோதகராக திருச்சி ஜோசப் கல்லூரியில் விட்டனர்.

திண்டுக்கல்லில் அண்ணன் தெய்வகுணம் வீட்டுக்கு வரும் போது தங்கராஜனுக்கும் பாக்கியநாதனைச் சந்திக்கும் வாய்ப்புக் கிடைக்கும். அவர் மூலம் கம்யூனிஸ்ட் சித்தாந்தத்தைப் படித்தார். இதனால் கம்யூனிஸ்டுகள் மீது நல்லெண்ணம் ஏற்பட்டது. சில பிரசுரங்களைப் படித்துவிட்டு தன் பெட்டியிலேயே வைத்து விடுவார். இதைப் பார்த்த திருச்சி ஜோசப் கல்லூரி வார்டன், தங்கராஜை அங்கிருந்து விரட்டிவிட்டார். 1946-ல் திண்டுக்கல்லில் அண்ணன் வீட்டில் இருந்தபடி தங்கராஜ் செளடாம்பிகா பிரஸ்சில், அச்சுக் கோர்க்கும் பணியில் சேர்ந்தார். அவர் குடியிருந்த தெருவில் கம்யூனிஸ்ட் கட்சி பலமாக இருந்தது, டேனரி சங்கமும் பலமாக இருந்தது. எஸ்.கே.பாக்கியநாதன் தொடர்பால் மக்கள் மத்தியில் கம்யூனிஸ்ட்டு தலைவர்கள் மீது இருந்த மதிப்பு தங்கராஜையும் ஈர்த்தது.

1947-ல் ஜனவரி 1-ம் தேதி வத்தலக்குண்டு ரோட்டில் தகர ஒலிபெருக்கியில் ஏ.பாலசுப்ரமணியம் பேசியதை தங்கராஜன் கேட்டார். போனசுக்காக அன்று மாலை நடந்த ஊர்வலத்தில் ஏ.பாலசுப்ரமணியம் பேசியதும் அவரை ஈர்த்தது. ஏ. பாலசுப்ரமணியம் அழைப்புக்கு இணங்கி திண்டுக்கல் கட்சி அலுவலகத்திற்குச் சென்ற போது நகரச்செயலாளர் ஏ.சின்னசாமி தங்கராஜிடம் 'ஜனசக்தி' பத்திரிகையை விற்கும் பணியை ஒப்படைத்தார். 1947 மார்ச்சில் தோழர் ஜீவா கூட்டத்திற்கு, இவர் பிரச்சாரம் செய்தபோது காங்கிரஸ் குண்டர்களின் தாக்குதலுக்கு ஆளானார்.

1947ம் ஆண்டு நவம்பரில் கட்சி உறுப்பினர் அட்டையை ஏ. சின்னசாமியிடம் பெற்றார். 1948-ல் கட்சி தடை செய்யப்பட்டது. தலைவர்கள் ஏ.பாலசுப்ரமணியம், வி.மதனகோபால், என். வரதராஜன் போன்றவர்கள் மத்தியில் ரகசிய தகவல் பரிவர்த்தனைக்கு உதவி செய்தார். தூண்டுப் பிரசுரங்களை மக்கள் மத்தியில் வீசிவிட்டு ஓடி விடுவார்.

டேனரி லேபர் போராட்டத்திற்கு ஆதரவாக பிரச்சாரம் செய்ததால் எஸ்.ஏ.தங்கராஜன் கைது செய்யப்பட்டார். 307 செக்ஷனில் பாலர் சிறையில் அடைக்கப்பட்டார். 9 மாத காலம்

அவர்பட்ட இன்னல்கள் கொஞ்சமல்ல! அதன் பிறகு ஜாமீனில் எஸ்.ஏ. தங்கராஜன் விடுதலையான செய்தியைக் கேட்ட தேவசகாயம் சப்-இன்ஸ்பெக்டர் அவரைத் தேட ஆரம்பித்தார். அவர் கிடைக்காத வெறியில் சாமான்களை உடைத்து வீட்டை தீ வைத்துக் கொளுத்தினார். எஸ்.ஏ. தங்கராஜன் சோளக்காட்டுக்குள் தலைவர்களுடன் ஒளிந்துகொண்டிருந்ததை, எஸ்.ஐ.மோப்பம் பிடித்தால் மொட்டுக்கேணியில் குதித்து தப்பித்தார். காங்கிரஸ்காரர் ஒ.சின்னசாமிபிள்ளை போலீஸுக்கு கார் உதவி செய்ய, அதில் எஸ்.ஐ. பயணம் செய்து எஸ்.ஏ. தங்கராஜனை கைது செய்ததால் மீண்டும் ஒராண்டு சிறைக்கு அனுப்பப்பட்டார். தலைமறைவு காலத்தில், குதிரை சிலையின்மீது படுத்தும், மொட்டுக் கிணற்றில் குதித்தும், கல்லறையிலேயே படுத்துத் தூங்கியும் தப்பியுள்ளார்.

எஸ்.ஏ. தங்கராஜன் பெங்களூருக்கு தப்பிச் சென்று தலைமறைவைத் தொடர்ந்தார். தன் அண்ணன் மணிமாலை வீட்டில் இருந்தபோது அவருடைய முகவரியை காவல்துறை தெரிந்துகொண்டது. எனவே வாணியம்பாடியில் உள்ள அண்ணன் வீட்டுக்குச் செல்கிறார். அங்கும் வந்து தொடர்ந்து அவரை காவல்துறை கைது செய்து, மூன்று வழக்குப்பதிவு செய்தனர். மூன்று மாதங்களுக்குப் பிறகு இவ்வழக்கு தள்ளுபடி ஆனது.

திண்டுக்கல் போலீஸ் அங்கே வந்து அவரைப் பிடித்து கைவிலங்கிட்டு அழைத்து வந்தது. அங்கே அவர்பட்ட அடி சொல்லி மாளாது. இன்ஸ்பெக்டர் கைவலிக்கும் வரை விட்டு விட்டு அடித்தான். இறுதியாக மதுரை மத்திய சிறையில் அடைக்கப்பட்டார். இரண்டு பேர் ரிவால்வருடனும், மூன்று பேர் துப்பாக்கியுடன்தான் அவரை வெளியே அழைத்து வருவார்கள். மதுரை சிறையிலும் சித்ரவதை செய்தே சிரமப்படுத்தினார்கள்.

மதுரை, திருச்சி, சேலம் என சிறைகளை மாற்றினாலும் சித்ரவதை மட்டும் குறையவில்லை. ஏழு ஆண்டுகள் தண்டனை அனுபவித்த பிறகு நீதிமன்றத்தின் மூலம் விடுதலை செய்யப்பட்டார்.

எஸ்.ஏ. தங்கராஜன் சிறையையிவிட்டு வெளியே வந்து டேனரி தொழில் சங்க அலுவலகம் உருவாக்கும் பணியில் ஈடுபட்டார். சுருட்டுத்தொழில் சங்கத்தின் தலைவரானார். ஊழியராக மாறினார். இச்சங்கம் பல போராட்டங்களை நடத்தியது. வேறு பல சங்கங்களுக்குத் தலைவர் ஆனார். உள்ளாட்சித்துறை ஊழியர் சங்கம்தான் ஏ.பாலசுப்ரமணியம், வி. மதனகோபால்,

என். வரதராஜன் ஆகியோரை உணவு கொடுத்து பாதுகாத்தது. எஸ்.ஏ. தங்கராஜன் அச்சங்கத்தில் மாநிலச் செயலாளராக நீண்ட காலம் பணியாற்றினார்.

தோழர் எஸ்.ஏ. தங்கராஜன் 1956-ல் டேனரி சங்கத்தின் முழு நேர ஊழியராகவும், திண்டுக்கல் நகர்மன்ற உறுப்பினராகவும் தேர்வாகி, 18 ஆண்டு காலம் தொடர்ச்சியாக ஐந்து முறை மக்கள் பணியில் ஈடுபடுத்திக்கொண்டார். நகர்மன்ற எதிர்கட்சித் தலைவராகி ஆத்தூர் காமராஜ் நீர்த்தேக்கத்தில் இருந்து, திண்டுக்கல்லுக்கு குடிநீர் கொண்டுவருவதில் வெற்றி பெற்றார்.

தோழர் எஸ்.ஏ. தங்கராஜன் 1962-ல் இந்திய - சீனா எல்லைப் பிரச்சனையை ஒட்டி கைதாகி, நான்கு மாதங்களுக்குப் பிறகு விடுதலை ஆனார். 1960-ல் ஏ.பாலசுப்ரமணியம் தலைமையில் எஸ்.ஏ. தங்கராஜன் அவர்களுக்கு சகுந்தலா என்ற பெண்மணியுடன் திருமணம் நடந்தது. நவம்பரில் தலைத்தீபாவளிக்கு வி.மதனகோபால் வீட்டுக்கு அழைத்து துணி வாங்கிக் கொடுத்து மகிழ்ச்சியாக தீபாவளி கொண்டாட உதவினார். 1961-ல் சகுந்தலாவுக்கு திருச்சி மின்சார வாரியத்தில் வேலை கிடைத்தது. அதற்குப் பிறகு இரண்டு மகன்கள் ஒரு மகளுடன் இல்லம் நல்லறமாகச் சென்றது.

1964-ல் தோழர் என். வரதராஜன், வி.எ.கருப்பசாமி உடன் கம்யூனிஸ்டு கட்சியில் இருந்து விலகி, மார்க்சிஸ்டு கம்யூனிஸ்ட் கட்சியை உருவாக்கினார். அதே ஆண்டு டிசம்பரில் மீண்டும் கைதாகி, 13 மாத காலத்திற்குப் பிறகு விடுதலை ஆனார்.

மூன்று முறை கைதாகிய நிலையில், மூன்று முறை தொடர்ந்து நகர்மன்றக் கூட்டத்தில் பங்கெடுக்காததால் கவுன்சிலர் பொறுப்பில் இருந்து விடுவிக்கப்பட்டார். 1977 ஜனவரி 23-ல் விடுதலை ஆனார். 1982 செப்டம்பர் 5-ல் ஏ.பாலசுப்ரமணியம் மறைவுச் செய்தி கேட்டு தன் தந்தை இறந்ததைவிட பேரிழப்பாகக் கருதி துக்கத்தில் ஆழ்ந்தார். தோழர் S.A தங்கராஜன் பல முறை விபத்தில் சிக்கி பிழைத்தார்.

சி.பி.ஐ.-ல் 1959 முதல் 1964 வரை சி.பி.ஐ.(எம்)-ல் 1985 முதல் மாநிலக்குழு உறுப்பினராக செயல்பட்டார். 1989-ல் சட்டமன்றத்திற்குத் தேர்வாகி 2½ ஆண்டு காலம் செயல்பட்டார். 1990 டிசம்பரில் சட்டமன்றம் கலைக்கப்பட்டது. 1991-ல் நடந்த தேர்தலில் போட்டியிட்டு தோல்வி அடைந்தார். ராஜீவ்காந்தி

படுகொலையை ஒட்டி எஸ்.ஏ. தங்கராஜன் வீட்டைத் தாக்கினார்கள். மாவட்டக் கட்சி அலுவலகத்தையும் விட்டுவைக்கவில்லை.

1989-ல் 5 பேர் கொண்ட கட்சிக் குழுவில் ஒருவராக எஸ்.ஏ. தங்கராஜன் சைனா சென்று வந்தார். பொதுக்கூட்டத்தில் நகைச்சுவையாகப் பேசி புரியவைப்பவர். ஆக மொத்தம் 7½ ஆண்டு சிறை, 1 ஆண்டு தலைமறைவு, 18 ஆண்டு கவுன்சிலர், 2½ ஆண்டு சட்டமன்றப் பணி, 30 ஆண்டு கால தொழிற்சங்கப் பணி என கம்யூனிஸ்டு இயக்கத்தில் பல பொறுப்புகளை ஏற்று செயல்பட்டவர். இதையெல்லாம்விட ஒரு கம்யூனிஸ்ட், தான் ஒரு முழு நேர ஊழியர் என்பதைவிட வேறு பெருமைக்குரிய விஷயம் இல்லை என்று கூறுவார்.

1973 தர்ணாவில் கைதாகிய பி. பழனிசாமி, வி.எ. கருப்பசாமி, கார்மேகம், எஸ்.ஏ. தங்கராஜன், என். வரதராஜன் உடன் சிறையில் எம். ஆர். முத்துசாமி இருந்தார்.

1973 ஜனவரி 19-ம் தேதி எரியோடு மார்க்ஸ் இளைஞர் மன்றத்தை எம்.ஆர்.முத்துசாமி அழைப்பிற்கிணங்க துவக்கி வைத்தார். 1977-ல் அவசர நிலை முடிவுக்கு வந்தபோது, மிசா கைதி எஸ்.ஏ. தங்கராஜன் விடுதலை ஆகி வந்தபோது, அவரை வரவேற்க எம்.ஆர்.முத்துசாமி சென்றிருந்தார். தொழிலாளி வர்க்கம் அவரை தலைமேல் தூக்கி வைத்துக் கொண்டாடியது, கோஷம் போட்டது.

பல நாள்கள் மதிய உணவு இன்றி திண்டுக்கல்லில் செயல்படுகிறபோது என்னை அழைத்து வீட்டில் சாப்பிட வைத்து அனுப்புவார். முழு நேர ஊழியர்கள் மீது ஆழ்ந்த அக்கறை உள்ளவர்.

◼

3

தலைவர் எம்.ஏ.வெங்கடாசலம் வெட்டி(க்) கொலை

மக்கள் பணியில் ஈடுபட்டு தியாகியான தோழர் எம்.ஏ. வெங்கடாசலம் 30.06.1920-ல் அத்திக்கோம்பை, லக்கையன்கோட்டை ஊராட்சி குமாரசாமிகவுண்டனூரில் பிறந்தார். ஆரம்பக் கல்வி மட்டுமே முடித்த இவர், தமிழக விவசாய இயக்கத்தின் தலைவர் ஆர்.ராமராஜ் உடன் கமால் யூசுப்ராவுத்தர் மூலம் பழக்கம் ஏற்பட்டு ஒன்றுபட்ட பழனி தாலுகாவில் விவசாயிகளை அணிதிரட்டுவதில் ஈடுபட்டார். 22 வயதில் செங்கமலம் என்ற பெண்ணை வாழ்க்கைத் துணைவியாக ஏற்றார்.

அப்போது நாடு முழுவதும் சுதந்திரப் போராட்டம் வலுவாக நடைபெற்றுக்கொண்டிருந்தது. வெள்ளையனே வெளியேறு இயக்கம் வெடித்துக் கிளம்பியது. அப்போது கம்யூனிஸ்டுகள் நர வேட்டை ஆடப்பட்டார்கள். காங்கிரஸ் சோசலிஸ்டாக இருந்த எம்.ஏ.வெங்கடாசலம் திருமணம் முடிந்து 1 வார காலத்திலேயே கைது செய்யப்பட்டார். ஆந்திர மாநிலம் பெல்லாரி சிறையில் ஆறு மாதகாலம் சித்ரவதைகளை அனுபவித்து வெளியே வந்தார்.

எம்.ஏ. வெங்கடாசலம் சாதாரணக் குடும்பத்தில் பிறந்தாலும் மக்கள் பணியில் தன்னை ஈடுபடுத்திக்கொண்டு அயராது

உழைத்தவர். காலர் இல்லாத சட்டை அணிவார். "வெறும் பயல் வெங்கடாசலம், வெள்ள வெரசாப் போராண்டா" என்று மற்றவர்கள் கேலி பேசும் அளவிற்கு தோற்றத்தில் கம்பீரமானவர். அவருக்கு காளியம்மாள், ரேணுகாதேவி என்ற இரண்டு பெண் குழந்தைகளும் சவடமுத்து என்ற மகனும் உள்ளனர்.

காளிமுத்துபிள்ளை மகன் ஆசிரியர் பாலபாரதி, இவரது மருமகன். தான் வாழும் கிராமத்தில் தலித் மக்கள் வேலை இன்றி பரிதவித்ததைப் பார்த்து கவலைப்பட்டார். ஒட்டன்சத்திரத்தில் இருந்து தெற்கே 5 கிலோமீட்டரில் மேற்குத் தொடர்ச்சி மலையில் அமைந்துள்ளது வடகாடு. பழனி மலைச்சாரலில் செழிப்பு மிகுந்த பூமி இது. அரசு தரிசு நிலங்கள் பல ஆயிரம் ஏக்கர் பரப்பளவில் காட்டுமிருகங்கள் அலையும் அடந்த புதர்க்காடு. ஆயக்குடி ஜமீனுக்கு உட்பட்ட ஒரு பகுதியும் புலிகுத்திக்காடு, எருமைமடை, பெரியதுறை ஆறு, கருஞ்சீத்தம்பட்டி போன்ற கிராமங்களுக்கு இடையிலும் சுமார் 7,500 ஏக்கர் நிலம் பயன்பாட்டுக்கு இல்லாத தரிசுப் பகுதியாகவே இருந்தது.

கம்யூனிஸ்ட் இயக்கமும், விவசாய சங்கமும் தரிசுக் காடுகளை அழித்து நூற்றுக்கணக்கான விவசாயிகளைத் திரட்டி அவர்களின் கடின உழைப்பால் விளைச்சல் நிலமாக மாற்றினார்கள். ஏதுமற்ற தலித் விவசாயக் கூலித் தொழிலாளர்கள் 1950 வாக்கில் அந்தப் பகுதியில் குடியேறி விவசாயம் செய்ய ஆரம்பித்தனர்.

கம்யூனிஸ்ட் கட்சி தடைசெய்யப்பட்டிருந்தால் கட்சியின் தலைவர்கள் தலைமறைவாக இருந்து வழிநடத்தினார்கள். வனத்துறையின் கெடுபிடி அதிகரித்திருந்த நேரம். விறகுக்காக சுள்ளிகளை எடுத்து வந்தால்கூட கைது, சிறை, அபராதம் என்று அதிகாரிகள் மிரட்டிக்கொண்டிருந்தார்கள். தோழர் எம்.ஏ. வெங்கடாசலம் மற்றும் சத்திரப்பட்டி ஊராட்சி தலைவராக இருந்த மு.கருணாகரனின் தந்தை முத்துசாமி, வேலூர் கந்தசாமி, பாலசமுத்திரம் சிலுவைமுத்து, சாமியார்புதூர் செல்லப்பா, (சிவமணி தந்தை) வி.எ.கருப்புசாமி ஆகியோர் உடன் இணைந்து வலுமிக்க போராட்டத்தை நடத்தினார்கள்.

நிலத்தைச் சொந்தமாக்கி, பட்டாவும் அவர்களுக்கு வாங்கிக் கொடுத்தார்கள். இவர்களுக்கு ஆதரவாக அத்திக்கோம்பை, வேலூர், சத்திரப்பட்டி, கரட்டுப்பட்டி, அனுப்பபட்டி, அரசப்பபிள்ளைபட்டி, காளாஞ்சிப்பட்டி, தும்மிச்சம்பட்டி,

எட்டமநாயக்கன்பட்டி, சாமியார்புதூர், ராஜகோபாலபுரம் உள்ளிட்ட பல கிராமங்களில் இருந்த, பல ஏழை குடும்பங்களைத் திரட்டி போராட்டம் நடத்தப்பட்டது.

1954-ஆம் ஆண்டு ஊராட்சி மன்றத் தலைவருக்குப் போட்டியிட்டு தோழர் எம்.ஏ.வெங்கடாசலம் வெற்றி பெற்றார். 1956-ஆம் ஆண்டில் வனத்துறை வடகாட்டில் விவசாயம் செய்தவர்கள்மீது தாக்குதலை துவக்கினார்கள். 30 நபர்கள்மீது வழக்குகள் பதிவு செய்யப்பட்டன. தினமும் ஏதாவது ஒரு வழக்கில் வாய்தாவுக்கு இழுத்தடித்து வடகாடு விவசாயிகள் அலைக்கழிக்கப்பட்டனர். 1956-ல் 22 நாள்களும் 1957-ல் 15 நாள்களுமாக இப்போரட்டத்தின் தலநாயகர்கள் எம்.ஏ.வெங்கடாசலம், வி.எ.கருப்புசாமி உட்பட 100-க்கும் மேற்பட்டோர் கைதாகி சிறைத் தண்டனை அனுபவித்தனர்.

அன்று ஒட்டன்சத்திரம் தொகுதி சட்டமன்ற உறுப்பினராக இருந்தவர் கருத்தப்பகவுண்டர். "வடகாடு மலைப்பகுதியில் உள்ள தரிசு நிலங்களை மேம்படுத்தி விளைச்சல் பூமி ஆக்குகிறோம் என்று கூறி கம்யூனிஸ்டுகள் வனத்தை அழித்துக் கொண்டிருக்கிறார்கள். அதனை உடனே தடுத்து நிறுத்த வேண்டும்" என்று கருத்தப்பகவுண்டர் சட்டமன்றத்தில் பேசினார். இச்செய்தி பத்திரிகையில் வெளிவந்தவுடன் தோழர்கள் எம்.ஏ.வெங்கடாசலம், வி.ஏ. கருப்பசாமி ஆகியோர் ஆதாரங்களைத் திரட்டி அது வனத்துறையின் இடம் இல்லை, அரசு புறம்போக்கு தரிசு நிலம்தான் என்பதை நிரூபித்தனர். இதன் பிறகே வனத்துறை கெடுபிடி நின்றது.

இச்சூழ்நிலையில் 500-க்கும் மேற்பட்ட குடும்பங்கள் கணிசமான தலித்துகள் மற்றும் பிற்பட்ட பகுதியினர் மலையில் குடியேறிவிட்டனர். அவர்களை ஒன்று திரட்டி 40 கிலோமீட்டர் தூரம் நடை பயணமாக பழனி தாலுகா அலுவலகம் சென்று பட்டா கேட்டு போராட்டம் நடத்தப்பட்டது. இக்காலத்தில்தான் எம்.ஏ. வெங்கடாசலத்தின் செயல்பாடுகளில் பொறாமைகொண்ட குள்ளப்பர் என்ற பொன்னுசாமி தேர்தல் தகராறைப் பயன்படுத்தி 09.10.1959-ல் அவரை வழிமறித்து சிலரின் உதவியுடன் வெட்டிக் கொலை செய்தார்.

எம்.ஏ. வெங்கடாசலம் கொலை செய்யப்பட்டதால் அத்திக்கோம்பை மீளாத்துயரத்தில் ஆழ்ந்தது. இருந்தபோதிலும், வடகாடு விவசாயிகளின் பட்டாவுக்கான போராட்டம் தொடர்ந்தது.

மதுரை மாவட்ட ஆட்சித் தலைவர் அலுவலகம் முன்பும் போராட்டங்கள் நடத்தப்பட்டன இறுதியில் அரசு அசைந்தது. 1960-ல் 30 சர்வேயர்களைக்கொண்ட குழுவை வடகாடு மலைப்பகுதிக்கு அரசு அனுப்பி வைத்தது. அவர்கள் அங்கே 3½ மாதம் காலம் முகாமிட்டு 7500 ஏக்கர் புறம்போக்கு நிலங்களை அளந்து பட்டா தயாரித்து, 600-க்கு மேற்பட்டோர்களுக்கு வழங்கப்பட்டது. தோழர் எம்.ஏ. வெங்கடாசலம் கொல்லப்பட்ட போதும், அவரும் வி.ஏ.கருப்பசாமியும் நடத்திய போராட்டத்தில், எடுத்துக்கொண்ட கடும் முயற்சியால் வெற்றி பெற்றது.

பட்டா வழங்கும் விழா அரசு விழாவாக நடக்காமல் கம்யூனிஸ்டுகளின் வெற்றி விழாவாக நடத்தப்பட்டது. மகத்தான தலைவர்கள் ஏ.பாலசுப்ரமணி, ஆர்.ராமராஜ் மற்றும் வி.ஏ.கருப்பசாமி உள்ளிட்ட தலைவர்கள் அந்த விழாவில் கலந்து கொண்டு பட்டா வழங்கினார்கள். அதன் பிறகு வடகாடு ஒட்டன்சத்திரம் பேரூராட்சியின் ஒரு வார்டாக இணைக்கப்பட்டது. ஆனால் இன்றோ 7,000 மக்கள் தொகை, 4,000 வாக்காளர்களையும் கொண்ட ஊராட்சியாக செயல்பட்டுக் கொண்டிருக்கிறது. தோழர் எம்.ஏ. வெங்கடாசலம் எடுத்த பணியின் பயன் விவசாயிகளின் வாழ்வில் ஒளிவிளக்காக இன்றும் பிரகாசித்துக் கொண்டிருக்கிறார். மார்க்சிஸ்ட் கம்யூனிஸ்ட் கட்சியின் ஒன்றியக்குழு அலுவலகம், இன்றும் இவரது பெயரில் இயங்கிக்கொண்டிருக்கிறது. அவரது ஊரில் நினைவுச் சின்னமும் அமைக்கப்பட்டிருக்கிறது.

4

தொழிலாளி ஏ. முனுசாமி நகர்மன்றத் துணைத்தலைவர் ஆனார்

திண்டுக்கல் நகர் சௌரியார்பாளையத்தில் தொழிலாளி வர்க்கத்தின் குடும்பத்தில் ஏ.முனுசாமி பிறந்தார். நாட்டின் விடுதலை போராட்டம் கொழுந்துவிட்டு எரிந்த காலத்தில் காங்கிரஸ் கட்சியில் சேர்ந்தார். அன்று தோல் பதனிடும் தொழிலில் பட்டியல் சாதியினர் மட்டுமே பணிபுரிந்தனர். இத்தொழிலை முஸ்லிம்கள் நடத்தி வந்தனர். மும்மதத்தையும் சேர்ந்த தொழிலாளர்கள் இந்தத் தொழிலில் இருந்தனர். கூடுதலான நேரம், கடுமையான உழைப்பு, குறைந்த கூலியைக் கொடுத்து கொடும் சுரண்டலில் ஈடுபட்டு இருந்தனர். முனுசாமி தொழிலாளியாய் ஏராளமான சிரமங்களைச் சந்தித்தார். தீண்டாமைச் வடிவங்களும் தலைவிரித்து ஆடியது. கல்வி உரிமை, திருமண உரிமை மறுக்கப்பட்டது.

திருமணம் நடைபெற்ற முதல் இரவு முதலாளியுடன் அங்கு வேலை செய்யக்கூடிய பெண்கள் இருந்தே ஆகவேண்டும். தொழிலாளியின் குடியிருப்புக்குள் தவழ்ந்துதான் செல்லவேண்டும். தொழிலாளிகள் கொத்தடிமைகளாக நடத்தப்பட்டதை எதிர்த்து தொழிலாளிகளை ஓர் அணியில் திரட்டி, சங்கத்தில் சேர்க்கும்

பணியில் தோழர்கள் ஏ. பாலசுப்ரமணியம், வி.மதனகோபால், எஸ்.ஏ. தங்கராஜன் ஆகியோர் முன்நின்றனர். இந்த சங்கத்தில் தோழர் முனுசாமியும் உறுப்பினராகச் சேர்ந்தார். கூடுதல் கூலி வேலை, நேர நிர்ணயம், போனஸ் போன்ற கோரிக்கைகளை முன் வைத்து நடக்கும் போராட்டங்களில் தோழர் முனுசாமியும் கொஞ்சம் கொஞ்சமாக முன்னுக்கு வந்தார். காலப்போக்கில் சங்கத்தின் தலைவர்களில் ஒருவர் ஆனார். மார்க்சிஸ்ட் கம்யூனிஸ்ட் கட்சியில் உறுப்பினராகவும் ஆனார்.

முனுசாமியின் முதல் மனைவியின் மூலம் ராஜா என்ற மகன் பிறந்தான். தாயும் மகனும் வெவ்வேறு காலகட்டத்தில் அகால மரணம் அடைந்தனர். சில ஆண்டுகளுக்குப் பிறகு முதல் மனைவியின் சகோதரி ஏகவள்ளியை இரண்டாவது திருமணம் செய்துகொண்டார். அவர்களுக்கு ஜோதிபாசு, கல்பனா, ரமேஷ் ஆகிய மூன்று குழந்தைகள் பிறந்தனர். தற்போது மூன்று பேரும் திருமணம் ஆகி, நல்ல வேலை வாய்ப்போடு குடும்ப சகிதமாக வாழ்ந்து வருகிறார்கள்.

தோழர் முனுசாமி திண்டுக்கல் நகர் குழு உறுப்பினர் மற்றும் மாவட்டக் குழு உறுப்பினர் ஆகிய பொறுப்புகளில் இருந்து செளரியார் பாளையம் மக்களின் அன்றாடக் கோரிக்கைகளை நிறைவேற்றி அவர்களின் அன்பைப் பெற்றார். அதன் பலனாக திண்டுக்கல் நகர்மன்றத் துணைத் தலைவராகவும் செயல்பட்டார். மக்கள் பணியில் தன்னை அயராது இணைத்துக் கொண்ட ஏ.முனுசாமி 2016 மார்ச் 1-ம் தேதி இயற்கை எய்தினார்.

கடந்த ஆறு ஆண்டு காலமாக அவரது நினைவு தினத்தில் மாணவர்களுக்குப் பாடப்புத்தகம், ஏழை எளிய மக்களுக்கு உணவு, உடை தோழர் ஏ.முனுசாமி நினைவு அறக்கட்டளை சார்பாக வழங்கப்படுகிறது. டியூஷன் சென்டரும் நடத்தப்படுகிறது. அதற்கான சம்பளத்தை ஆசிரியர்களுக்கு அக்குடும்பத்தினரே வழங்கி வருகிறார்கள்.

5

பழைய ஆயக்குடி பாரம்பரியமும் என்.பழனிவேல் எக்ஸ்.எம்.எல்.ஏவும்

பழைய ஆயக்குடி ஓபுளாபுரத்தில் இருந்து மத்தியக் குழு உறுப்பினராக இருந்த தோழர் ஆர்.ராமராஜ் அவர்கள் அங்கு உள்ள பொதுமக்களுடன் அடிக்கடி தொடர்பு கொண்டார். விவசாயத்தில் உள்ள கஷ்ட நஷ்டங்களை கல்லும் உருகும் வண்ணம் பேசுவார். அவர்களிடம் நாட்டின் விடுதலைக்கான கனலை மூட்டினார். தங்கப்பன் என்ற பெருமாள், பொடாதரன் என்ற பிரகாசம், முத்துவீரன், முத்துக்கவுண்டர், சாமிக்கண்ணு, காளிமுத்து ஆகியோர் இவர் பேச்சில் உள்ள உண்மையை அறிந்து வந்தவர்கள்.

அடுத்த ஓரிரு ஆண்டுகளில் நாடு முழுவதும் வெள்ளையனே வெளியேறு இயக்கம் வீறுகொண்டு எழுந்தது. அப்போதுதான் ஒன்றுபட்ட மதுரை மாவட்டத்தில், இந்திய கம்யூனிஸ்ட் இயக்கம் உருவானது. பழைய ஆயக்குடியில் தோழர் ராமராஜ் உறவினர்கள் தொந்திநாயக்கர், பெருமாள்சாமிநாயக்கர், தலித் தோழர்கள் நந்தகோபால், விஜயகீதன், சக்திவேல்பிள்ளை, நாட்ராயபிள்ளை, தெய்வலிங்கம்செட்டியார், கோபாலகிருஷ்ணன்செட்டியார், ஓபுளாபுரத்தில் ராமராஜ் தம்பி சுப்புராஜ், துரைராஜ், சுப்புராம், புது ஆயக்குடியில் முகமதுசெரிப், நாகூர்மீரான் ஆகியோரைக் கொண்ட கம்யூனிஸ்ட் கட்சி கிளை அமைக்கப்பட்டது. அதுவே

செல் என்று மாறிய பிறகு சில பேர் மட்டுமே உறுப்பினராக நீடித்தனர்.

திண்டுக்கல் மாவட்டம் கடுமையான வறட்சியால் பாதிக்கப்பட்ட போது சாப்பிட மொச்சைப் பயறு மட்டுமே கிடைத்தது. அப்போது மக்கள் வறுமையிலும், வேலையின்மையிலும் தவித்தனர். இந்த நிலைமைக்கு ஆயக்குடியும் தப்பவில்லை. ஆயக்குடி ஜமீனுக்கு சொந்தமான உணவுக் கிட்டங்கியில் ஏராளமான உணவு தானியம் தேங்கிக் கிடந்தது. இதைக் கேள்விப்பட்ட தோழர் ராமராஜ், தோழர்கள் விஜயகீதன், நந்தகோபால், வயித்துவலி என்ற பழனிசாமி, ஆர்.அம்மாபட்டி ஆகியோரிடம் பேசி மக்களையும் அணி திரட்டி உணவுக் கிட்டங்கியைக் கைப்பற்றி உணவுப் பொருட்களை மக்களுக்கு இலவசமாக விநியோகம் செய்தனர். இதனால் அவர்கள் அனைவரும் கைதாகி, வழக்கும் பதிவு செய்யப்பட்டது. மக்கள் மகிழ்ச்சியோடு தங்கள் பசியை சில நாள்கள் போக்கிக் கொண்டனர்.

1948-ல் இந்தியாவில் கம்யூனிஸ்ட் கட்சி புரட்சியை முன் எடுக்கிறபோது, அதற்கு எதிராக காங்கிரஸ் அரசாட்சி கடுமையான அடக்கு முறையை கட்டவிழ்த்துவிட்டு கட்சியைத் தடை செய்தது.

நமது தோழர்கள் விஜயகீதன், நந்தகோபால், தங்கப்பன், வயித்துவலி பழனிசாமி ஆகியோர் கைதாகினர். இவர்களை நமது மக்களைவிட்டே காவல் துறை அடிக்க வைத்தது. காவல் துறையினரும் தங்கள் வன்மத்தை தீர்த்துக்கொள்ள இவர்களை தாக்கினார்கள். சிறைக் கொட்டடியில்போட்டு சித்ரவதை செய்தார்கள். இதை அறிந்த வேறு சிலர் தலைமறைவாகினார்கள்.

பழைய ஆயக்குடி விவசாயி நாச்சிமுத்துவுக்கும்-பார்வதிக்கும் மகனாக 02.07.1937-ல் என்.பழனிவேல் பிறந்தார். அவருக்கு வரதராஜ், சித்தானந்தம் என்று இரண்டு சகோதரர்கள் உண்டு. என். பழனிவேல் 5-ம் வகுப்பு மட்டுமே படித்தார். கல்வியில் அவ்வளவு ஆர்வம் இல்லை. விரைவில் தனது அனுபவத்தில் ஏராளமான பாடங்களைக் கற்றுக்கொண்டார். தொடர்ந்து வாலிபர்களுக்கு சங்கம் அமைத்தார். அரசியல் பயிற்சியுடன், உடற்பயிற்சி தந்து வீர விளையாட்டு கற்றுத்தரப்பட்டது. இதில் N.பழனிவேல் போன்ற தோழர்கள் பயின்று தேர்ச்சி பெற்றனர்.

நாட்டின் விடுதலையும் அதற்கான கொண்டாட்டங்களும் ஆயக்குடியிலும் நடந்தது.

1958-ல் என்.பழனிவேல் கட்சி உறுப்பினர் ஆனார். ஆயக்குடி கிளையில் அப்போது கணேசன்செட்டியார் இருந்தார். தோழர். வி.ஏ. கருப்புசாமி போன்றவர்கள் ராமராஜ் உடன் களப்பணிக்கு வந்திருந்தனர். என்.பழனிவேலுக்கு 5 மகன்கள், 1 மகள் உள்ளனர். அவரது மகன்கள் பாலசந்தர், மிராஜ்கர், மணவாளன், அகிலன், நம்பூதிரி ஆகியோர் படித்து நல்ல வேலையில் அமர்ந்துள்ளனர்.

1969-ல் பட்டினி பாதயாத்திரை பழனி அய்யம்பாளையத்தில் புறப்பட்டு பழனி, ஒட்டன்சத்திரம், வேடசந்தூர், திண்டுக்கல் வழியாகச் சென்று மதுரை மாவட்ட ஆட்சியர் அலுவலகத்தில் மனுக் கொடுத்து முடித்தனர். 15 பேருடன் புறப்பட்ட பாதயாத்திரையில் 200 பேருக்குமேல் பங்குகொண்டது இந்த இயக்கத்தின் பலம் ஆகும். இதில் தோழர்கள் என்.வரதராஜன், ஆர்.ராமராஜ், என்.பழனிவேல், வி.ஏ.கருப்புசாமி, ஆர்.அம்மாபட்டி ஆகியோர் தலைமை ஏற்று நடத்தியது குறிப்பிடத்தக்கது.

தோழர் என்.பழனிவேல் பல்லாண்டு காலம் பழனி கட்சிக் கமிட்டியிலும், சுமார் 20 ஆண்டு காலம் திண்டுக்கல் மாவட்டக் குழுவிலும் உறுப்பினராக இருந்து மக்கள் பணியில் ஈடுபட்டார். 1968-ல் ஆயக்குடி காளியம்மன் கோவிலுக்குப் பாத்தியப்பட்ட நிலத்தில் உழவடை செய்த விவசாயிகளை வெளியேற்ற நிர்வாகம் நோட்டீஸ் கொடுத்தது. தோழர்கள் ஆர்.அம்மாபட்டி, விஜயகீதன், நந்தகோபால், என்.பழனிவேலும் சேர்ந்து மக்களைத் திரட்டி நில வெளியேற்றத்தை தடுத்து நிறுத்தினார்கள்.

1965-ல் நடந்த ஆயக்குடி பேரூராட்சித் தேர்தலில் மார்க்சிஸ்ட் கம்யூனிஸ்ட் கட்சி வெற்றி பெற்றது. தலைவர்களாக சோமு செட்டியார், துரைசெட்டியார், பெரியண்ணன் ஆகியோர் அப்பொறுப்பினை ஏற்று ஏராளமான மக்கள் நலத் திட்டங்களை நிறைவேற்றினார்கள்.

1973-ல் கூலி உயர்வுப் பேராட்டத்தை வி.ஏ.கருப்புசாமி, என்.பழனிவேல், கே.வி.பாலசேகர் ஆகியோர் தலைமை ஏற்று நடத்தினார்கள். தோழர் பாலசேகர் கட்சி ஸ்தாபகர்களில் ஒருவரான விஜயகீதனின் மகன் ஆவார். இவர் 1978-ல் கட்சியின் மாவட்ட குழுவுக்குத் தேர்வானார். 1991-ல் பழனி சட்டமன்றத் தொகுதிக்கு

சி.பி.ஐ.எம் சார்பாக போட்டியிட்டபோது எம். ஆர். முத்துசாமி தொகுதிப் பொறுப்பாளராக இருந்து தேர்தலை சந்தித்தனர். ராஜீவ்காந்தி படுகொலையில் ஏற்பட்ட அனுதாபத்தினால் தேர்தலில் பாலசேகர் வெற்றி வாய்ப்பினை இழந்தார்.

1971-ல் நடந்த சட்டமன்றத் தேர்தலில் மார்க்சிஸ்ட் கம்யூனிஸ்ட் கட்சி தனித்துப் போட்டியிட்டது. தோழர் என்.பழனிவேல் காங்கிரஸ் கட்சி வேட்பாளர் ஆர்.எஸ்.மணியை எதிர்த்து, பழனி தொகுதியில் போட்டியிட்டு, வெற்றி வாய்ப்பினை இழந்தார். 1977, 1980, 1989-ம் ஆண்டுகளில் நடந்த பொதுத்தேர்தலில் போட்டியிட்ட என்.பழனிவேல் பழனி தொகுதியில் வெற்றி பெற்றார். மூன்று முறை சட்டமன்ற உறுப்பினராக தேர்வு செய்யப்பட்ட தோழர் என்.பழனிவேல், தன்னை மக்கள் பணியில் முழுமையாக அர்ப்பணித்துக்கொண்டார்.

பழனி நகரில் முருகன் கோவில் மலை அடிவாரத்தில் பக்தர்களுக்கு மொட்டை போடும் பணியில் 330 தொழிலாளிகள் பணிபுரிகின்றனர். அவர்கள் இத்தொழிலில் ஈடுபடுகிறபோது தொற்றுக்கு ஆளாகும் அவலமும் ஏற்படுகிறது. இவர்களுடைய வயதான காலத்தில் பராமரிப்பு இன்றி பெரும் துயரில் இருந்தனர். அப்போது இவர்களுடைய தொழில் அட்டையைப் பயன்படுத்தி மற்றவர்களுக்கு விற்பதன் மூலம் தன் எதிர்காலத்தை, அதன் வாழ்வாதாரத்தைப் பாதுகாக்கலாம். அதற்கு ஏதுவான ஒரு திட்டத்தை தோழர் என்.பழனிவேல் அவர்கள் அன்று கோவில் தக்காராக இருந்த, மதுரை கோட்ஸ் மில் அதிபர் திருமதி.ராதா தியாகராஜன் அவர்களை பார்த்துப் பேசி நிறைவேற்றினார். தோழர்கள் பி.எம்.குமார், எம்.ஆர். முத்துசாமியும் அந்த சந்திப்பில் உடனிருந்தார்கள்.

1976-ல் தமிழ்நாட்டில் தி.மு.க. ஆட்சி கவிழ்க்கப்பட்டு ஜனாதிபதி ஆட்சி பிரகடனப்படுத்தப்பட்டது. 1975-ல் இந்தியாவில் அறிவிக்கப்பட்ட அவசர நிலையை ஒட்டி இத்தகைய ஜனநாயகப் படுகொலையை, மத்திய காங்கிரஸ் ஆட்சி தலைமை செய்தது. 1976-ல் சுதந்திர தின ஊர்வலத்தை பழனியில் காங்கிரஸ் கட்சி நடத்தியது. அதே ஆண்டு நவம்பர் 7-ம் தேதி நவம்பர் புரட்சி தின ஊர்வலத்திற்கு தடை விதிக்கப்பட்டபோதும், தடையை மீறி நூற்றுக்கணக்கானோர் பங்குகொண்டு நவம்பர் புரட்சி தின செங்கொடியை ஏற்றினர். அதனால் வழக்கையும் அவர்கள் எதிர்கொண்டார்கள்.

பழனி நகர் கூட்டுக் குடிநீர் திட்டத்தின் மூலம் பழனி ஒன்றியத்தில் பெரிய ஊராட்சியான சிவகிரிப்பட்டிக்கு, தண்ணீர் தந்து நிரந்தரமாக அங்கே தண்ணீர்ப் பிரச்சனை தீர்த்து வைக்கப்பட்டது. ஆயக்குடியில் சுகாதாரமான குடிநீர் கிடைக்க பெரிய தொகையை செலுத்த வேண்டும் என்று அரசு கூறியபோது, மக்கள் ஆதரவுடன் அவர்களிடையே வசூல் செய்து அத்தொகையைக் கட்டி குடிநீர்ப் பிரச்சனையை என்.பழனிவேல் தீர்த்து வைத்தார்.

பழனி தொகுதி மறுசீரமைப்பு என்ற பெயரில் ஆயக்குடி பேரூராட்சி, கணக்கன்பட்டி ஊராட்சி உட்பட சில ஊராட்சிகளை ஒட்டன்சத்திரம் தொகுதியில் சேர்ப்பது என்ற அரசின் முடிவை தோழர் என்.பழனிவேல் அவர்களுடன் ஏ.இராஜமணிக்கம் ஆகியோரும் மக்களைத் திரட்டி போராடியதன் விளைவாக தொகுதி மறுசீரமைப்பு நிறுத்தி வைக்கப்பட்டது.

ஆயக்குடி விவசாயிகள் பெரிதும் கொய்யா, மாம்பழ விவசாயம் தான் கூடுதலாக செய்வார்கள். உற்பத்தியான பழங்களைத் தெருவில் வைத்து சின்னஞ்சிறு சாதாரண விவசாயப் பெண்கள் வியாபாரம் செய்யும் பழக்கம் இருந்தது. அவர்களுக்கு நிரந்தரமான இடத்தை உறுதிப்படுத்துவதற்கு பலகட்ட போராட்டங்களை நடத்தி இப்போது இருக்கும் பழ மார்க்கெட் கிடைத்தது என்பது குறிப்பிடத்தக்கது.

பழனி பேருந்து நிலைய விரிவாக்கத்திற்கு தோழர் என். பழனிவேல் முன் முயற்சி எடுத்தார். தோழர் வி.ராஜமாணிக்கம் பழனி நகர் மன்றத் தலைவராக வந்த பிறகு பேருந்து நிலைய விரிவாக்கம் செய்யப்பட்டது.

6

நல்ல வழக்கறிஞர் நாடு போற்றும் நாவல் ஆசிரியர் டி.எஸ்.

"**எ**மக்குத்தொழில் எழுத்து" என முழுநேர எழுத்தாளர்கள் உண்டு. வழக்கறிஞர் பணியை மட்டுமே செய்பவர்கள் உண்டு. இரண்டு பணிகளையும் சேர்த்து செய்பவர்தான் தோழர் டி.செல்வராஜ். இவர் 1936-ம் ஆண்டு நெல்லை மாவட்டம் தென்களம் கிராமத்தில் பிறந்தவர்.

இவருடைய அப்பா தேவிகுளம் தேயிலைத் தோட்டத்தில் கங்காணியாக வேலை செய்து வந்தார். சிறுவன் செல்வராஜ் மூணாறு பகுதியில் பள்ளிப்படிப்பை முடித்து நெல்லையில் இந்துக் கல்லூரியில் பட்டம் பயின்றார். சென்னையில் சட்டக்கல்லூரியில் சட்டம் பயின்று மூத்த வழக்கறிஞர் வி. வெங்கட்ராமனின் ஜூனியராக 10 ஆண்டுகள் பணியாற்றினார். 1971ம் ஆண்டு டி. செல்வராஜுக்கு திருமணம். 1972ம் ஆண்டு திண்டுக்கல் நகரத்திற்கு வந்தவர், இப்போது வரை வழக்கறிஞராகப் பணியாற்றி வருகிறார்.

"நீங்கள் எழுத்தாளராக உருவானது எப்படி?" என்று கேட்டபோது, "நெல்லையில் கல்லூரி மாணவராக இருந்த போது டிக்கன்ஸ், டால்ஸ்டாய், மாக்ஸிம் கார்க்கி, புதுமைப்பித்தன், மாப்பசான்

போன்ற பிரபல எழுத்தாளர்களின் படைப்புகளைப் படித்தது தன்னை எழுதத் தூண்டியது" என்றார்.

இவர் பள்ளியில் படிக்கின்ற காலத்தில் கேரள மாநிலத்தில் அரசியலில் பல மாற்றங்கள் ஏற்பட்டன. கம்யூனிஸ்ட் கட்சித் தலைவர்கள் இ.எம்.எஸ்.நம்பூதிரிபாட், ஏ.கே.கோபாலன் போன்றோர் பங்கேற்போடு கேரளம் முழுவதும் போராட்டக்களமாக திகழ்ந்தது. இத்தகைய தாக்கத்தோடு நெல்லையில் கல்லூரியில் சேர்ந்தபோது மாணவர் சங்கத்தில் டி.செல்வராஜ் உறுப்பினரானார். படைப்புலகத்தில் கொடிகட்டிப் பறந்த நா. வானமாமலை, தி.க.சிவசங்கரன், தொ.மு.சி.ரகுநாதன், அவர்களோடு ஏற்பட்ட தொடர்பு இவரது சிவப்பு சிந்தனையை செழுமைப்படுத்தியது.

'சாந்தி', 'சரஸ்வதி' போன்ற இதழ்களுக்கு சிறுகதைகளும், கட்டுரைகளும் எழுதினார். தோழர் அறம் வளர்த்த நாதன் (சீனியர் மாணவர்) டி.செல்வராஜ் உடன் அக்கால அரசியல் பேசியதையும் நினைவுக் கூர்ந்தார்.

முற்போக்குச் சிந்தனையுள்ள எழுத்தாளரான டி.செல்வராஜ் சென்னை சட்டக்கல்லூரியில் சேர்ந்து படித்தபோது மாணவர் சங்க உறுப்பினராகி பல இயக்கங்களில் பங்கேற்றிருக்கிறார். சென்னையில் வி.பி. சிந்தன், ஜீவானந்தம் போன்ற கம்யூனிஸ்ட் கட்சித் தலைவர்களோடு ஏற்பட்ட தொடர்பு இவரை கம்யூனிஸ்ட்டாக்கியது. "தோழர் வி.பி. சிந்தன் உடன் பேசுவதே ஒரு தனி அனுபவம்; அவர்தான் தன்னை கம்யூனிஸ்ட் கட்சி உறுப்பினாக்கினார்" என நெகிழ்வோடு கூறினார். சட்டக்கல்லூரி மாணவராக இருந்தபோது, 'ஜனசக்தி' அலுவலகத்திற்குச் சென்றதும் அந்த இதழுக்கு கட்டுரைகள் எழுதியதையும் பெருமையாக கூறினார்.

"சென்னையில் படித்த காலமும் 10 ஆண்டுகள் வழக்கறிஞராகப் பணியாற்றிய காலமும் முக்கியமான ஆண்டுகள்" எனக் குறிப்பிட்டார். வழக்கறிஞர் வி.வெங்கட்ராமன் அலுவலகத்தில் எம்.வெங்கட்ராமனும் ஜூனியர் வழக்கறிஞராக இருந்ததைக் குறிப்பிட்டார்.

சென்னை எம்.ஆர்.எஃப். ஆலைத் தொழிலாளர்களின் போராட்டத்தையொட்டிய 1971ல் கலைஞர் மு.கருணாநிதி தலைமையிலான திமுக ஆட்சியின்போது தோழர்கள் வி.பி. சிந்தன், பி.ஆர்.பரமேஸ்வரன், கே.எம்.ஹரிபட், ஆர்.குசேலர், ஆகியோர் உள்நாட்டுப் பாதுகாப்புச் சட்டத்தின்கீழ் (மிசா) கைது

செய்யப்பட்டனர். இவர்களுக்காக பி.ராமமூர்த்தி (சிபிஎம் அரசியல் தலைமைக்குழு, சிஜிடியு பொதுச்செயலாளர்) சென்னை உயர் நீதிமன்றத்தில் வாதாடி நால்வரும் விடுதலை செய்யப்பட்டது குறிப்பிடத்தக்கது. தோழர்.பி.ராமமூர்த்தி நீதிமன்றத்தில் வாதாடுகிற போது டி.செல்வராஜ் அங்கிருந்தார். அப்போது சட்டக்கல்லூரி மாணவராக இருந்த நானும் பி.ராமமூர்த்தியின் வாதத்தைக் கண்டு மெய்மறந்து நின்றேன்.

மார்க்சிஸ்ட் கம்யூனிஸ்ட் கட்சி உருவானபோது அதில் இணைந்த டி.செல்வராஜ், சட்டக்கல்லூரிக்கு எதிரில் ஸ்ட்ரிங்கர் தெருவில் இருந்த சிஜிடியு சிபிஎம் அலுவலகத்தில் வி.பி. சிந்தன் உள்ளிட்டு சுந்தரய்யா, ஏ.கே. கோபாலன் போன்ற அகில இந்திய தலைவர்களையெல்லாம் சந்தித்ததையும் அவர்களோடு கலந்துரையாடியதையும் பெருமையோடு நினைவுகூர்ந்தார்.

தமிழகத்தின் தலைசிறந்த படைப்பாளிகளுள் ஒருவரான நாவலாசிரியர் டி. செல்வராஜ் உழைப்பாளிகளின் போராட்டங்களை பதிவு செய்த எழுத்தாளராக தமிழக மக்களிடையே வலம் வந்தவர். திருநெல்வேலி விவசாயிகளின் போராட்டத்தை மையமாகக் கொண்டு, 'மலரும் சருகும்' தேயிலைத் தோட்டத் தொழிலாளர்களின் கதைக்களத்தைக் கொண்டு எழுதப்பட்ட 'தேனீர்' நெருக்கடி நிலை காலத்தின் கொடுமைபற்றி, 'மூலதனம்', 'அக்னிக்குண்டம்', 'பொய்க்கால் குதிரை' மற்றும் 'தோல்' ஆகிய 6 நாவல்களை எழுதினார். 'தேனீர்' நாவல் நடிகர் பாக்கியராஜ் இயக்கிய 'ஊமை ஜனங்கள்' திரைப்படமாக வெளிவந்தது. திண்டுக்கல் தோல் பதனிடும் தொழிலாளர்களின் வீரஞ்செறிந்த போராட்டத்தின் வரலாறாக 'தோல்' நாவல் வெளிவந்தது. 'தோல்' நாவலுக்கு 2011ம் ஆண்டு தமிழக அரசின் இலக்கிய விருதும், 2012ம் ஆண்டு சாகித்ய அகாதெமி விருதும் கிடைத்தது. இரு நூற்றுக்கும் மேற்பட்ட சிறுகதைகள், 70க்கும் மேற்பட்ட ஓரங்க நாடகங்கள் என இலக்கிய உலகில் தோழர் டி.செல்வராஜ் தடம் பதித்தவர். 1975 கால கட்டத்தில் இந்தியாவில் நெருக்கடி நிலைக்கு எதிராக தமிழகத்தில் உருவாகிய தமிழ்நாடு முற்போக்கு எழுத்தாளர் கலைஞர்கள் சங்கத்தின் ஸ்தாபகத் தலைவர்களுள் ஒருவராக டி.செல்வராஜும் விளங்கினார். அவரது மறைவுச் செய்தியறிந்து மார்க்சிஸ்ட் கம்யூனிஸ்ட் கட்சியின் மாநிலச் செயலாளர் கே.பாலகிருஷ்ணன் திண்டுக்கல் மின் மாயானத்தில் அவரது உடலுக்கு மாலை அணிவித்து மரியாதை செய்தார்.

தோழர் டி.செல்வராஜ் அவர்களுடன் 1976 முதல் எம். ஆர். முத்துசாமிக்கு ஏற்பட்ட தொடர்பு 45 ஆண்டுகளாக நீடித்தது. தி. மு.க. ஆட்சி 1976-ல் மத்திய அரசால் கலைக்கப்பட்டு அவசர நிலை தமிழகத்தில் அமலுக்கு வந்தது. அதைக் கண்டித்து தற்போது எம். ஆர்.முத்துசாமி கைதாகி 104 நாள்களுக்குப் பிறகு விடுதலையான போது கட்சி வழிகாட்டுதலில் அவரை சந்தித்தார். 4 ஆண்டுகளாக நடந்த வழக்கில் சல்லிக் காசு கூட வாங்காமல் வாதாடி டி.செல்வராஜ், எம்.ஆர்.முத்துசாமிக்கு விடுதலை பெற்றுக்கொடுத்தார்.

வேடசந்தூரில் மார்க்சிஸ்ட் கம்யூனிஸ்ட் கட்சியின் அலுவலகம் மீது இந்திய கம்யூனிஸ்ட் கட்சி உரிமை கொண்டாடியபோது அந்த வழக்கில் தலையிட்டு ஒரு கட்டம் வரை உரிய வழிகாட்டுதல் கொடுத்தார் டி.செல்வராஜ்.

நல்லமனார்கோட்டையின் ஊராட்சித் தலைவர் கோவிந்தன் (எ) சின்ராஜ் ரவுடிகளால் படுகொலை செய்யப்பட்டபோது உணர்ச்சிவசப்பட்ட மக்கள் இரண்டு வாகனங்களை எரித்தனர். வாகனங்களை எரித்த 47 பேர் மீது பிணையில் வரமுடியாத வழக்கு பதியப்பட்டது. கட்டணமே வாங்காமல் நீதிமன்றத்தில் வாதாடி, அவர்கள் அனைவரையும் விடுதலை செய்ய வைத்தார்.

டி.செல்வராஜ் எழுதிய, 'தோல்' நாவல் சாகித்ய அகாதெமி என்ற உயர் விருதைப் பெற்றபோது முதன்முதலாக தமிழ்நாடு தீண்டாமை ஒழிப்பு முன்னணி சார்பாக திண்டுக்கல் ராணி மங்கம்மாள் காலனியில் பாராட்டுவிழா நடத்தப்பட்டது.

நமது நாட்டில் விவசாயிகள் வாழ்வியலையும் அவர்தம் போராட்டங்களையும் பற்றி ஒரு நாவல் எழுதப்போவதாகக் கூறிக்கொண்டியிருந்தார். அந்த நூல் சம்பந்தமாகவும் கதை மாந்தர்கள் குறித்தும், அவர்களது அரசியல் குறித்தும், எம்.ஆர்.முத்துசாமி அவரிடம் வழக்குகளுக்கு செல்லும்போதெல்லாம் பேசிக்கொண்டே இருப்பார். தமிழ்நாடு முற்போக்கு எழுத்தாளர்கள் சங்கம் திண்டுக்கல் மாவட்டப் பொறுப்பாளராக, எம். ஆர். முத்துசாமி 10 ஆண்டுகள் காலம் பணியாற்றியபோது, அவர் அந்த சங்கத்தில் மாநில நிர்வாகியாக செயல்பட்டுக்கொண்டிருந்தார். அப்போது அரிய பல ஆலோசனைகளை எம்.ஆர்.முத்துசாமிக்கு வழங்கியதை அவரால் மறக்க முடியாது. அமைப்பிற்குள் ஜனநாயகத்திற்கான போராட்டத்தினை தொடர்ந்து நடத்தி வந்தார்.

7

மக்கள் மருத்துவர் கு.ராஜேஸ்வரன்

தேனி மாவட்டம், தேனி வட்டம் அம்மாச்சிபுரம் என்ற சிற்றூர் பசுமை நிறைந்த அழகிய கிராமம் ஆகும். பல்வேறு சமூகங்களைச் சேர்ந்த 50 குடும்பங்கள் வசித்து வந்தனர். மிக அதிகமாக தேவேந்திர குல சமூகத்தைச் சேர்ந்த சிறு குறு பணக்கார விவசாயிகள் நிறைந்த ஊர். இவ்வூரில் உழைப்பை நம்பி இருப்பவர்களும் இருக்கிறார்கள். இவ்வூரில் தீண்டாமைக் கொடுமை என்பது கிடையாது. இங்கு 120 ஏக்கர் நிலத்துக்குச் சொந்தக்காரர் குருசாமி என்ற மிராசுதாரர். இவருக்கு இரண்டு மனைவிகள். முதல் மனைவி ஐய்யம்மாளுக்கு, இரண்டு ஆண் குழந்தைகளும், ஒரு பெண் குழந்தையும் உண்டு. ஐய்யம்மாள் குருசாமிக்கு இரண்டாவது மகனாக ராஜேஸ்வரன் 1950 செப்டம்பரில் பிறந்தார். அரண்மனை போன்ற வீடு, ஆடு, மாடு என்ற கால்நடைப் பண்ணையும் உண்டு. நான்கு, ஐந்து ஆண்டுகளில் சில காரணங்களால் சொத்துக்கள் விற்கப்பட்டு குடும்பம் வறுமை நிலைக்குத் தள்ளப்பட்டது. ராஜேஸ்வரனுக்கு துவக்கப் பள்ளியில் சேர்வதற்கு முன்பே சொத்துக்கள் அழிந்து, தந்தையும் இறந்து விடுகிறார்.

பள்ளிப் படிப்பை முடிக்கும் வரை அவருடைய தாயார் அன்பும் பாசமும் மகன்கள் மீது செலுத்தினார். இட்லி, பணியாரம் போன்ற பலகாரங்களைச் சுட்டு, குழந்தைகளைப் படிக்க வைத்தார். பெரிய மகன் பொறியியல் கல்லூரிப் படிப்பை முடிக்க முக்கியக் காரணியாக இருந்தார். இரண்டு மகன்களையும் கல்வியாளராக்கி, ஒரு மகளை திருமணம் செய்துவைப்பது வரை, கூலி வேலைக்கு சென்று மாடாய் உழைத்து, ஓடாய்த் தேய்ந்தார். அந்த ஊரில் உள்ள விவசாயக் குடும்பங்கள் ஒவ்வொன்றிலும் படித்த கல்வியாளர்கள்

உருவாகினார்கள். இக்காலத்தில்தான் ராஜேஸ்வரன் அண்ணனுக்கு பொதுப்பணித்துறையில் பொறியாளர் பணி கிடைத்தது. அவருடை உதவியால் ராஜேஸ்வரன் உயர்நிலைக் கல்வியை முடித்தார். பள்ளியில் முதல் மாணவனாக வந்த ராஜேஸ்வரன் நன்கு படிக்கக் கூடியவர் என்பதால் மருத்துவக் கல்லூரியில் சேர்க்க, அவருடைய அண்ணன் விரும்பினார். அவர் விரும்பியபடியே 1968-ல் மதுரை மருத்துவக் கல்லூரியில் சேர்ந்தார் ராஜேஸ்வரன். அதே ஆண்டு மதுரையில் நடந்த தமிழக மாணவ சங்க அமைப்புக் கூட்டத்தில் கலந்துகொண்டார். அக்கூட்டத்தில் தோழர்கள் எம்.ஆர்.முத்துசாமி, எம்.கருணாகரன் ஆகியோரும் கலந்து கொண்டனர்.

1968-ல் மதுரை மருத்துவக் கல்லூரியில் சேர்கின்றபோது, மாணவர்கள் ராகிங் என்ற சித்ரவதையை சந்திக்க நேர்ந்தது. ராஜேஸ்வரனுடன் படித்த அவரது சமுகத்தைச் சேர்ந்த 7 மாணவர்கள் ராகிங்கிற்கு எதிராக நடவடிக்கையில் ஈடுபட்டனர். அதன் விளைவாக ராகிங் ஒழித்துக்கட்டப்பட்டது. அப்போது அமைப்பாக ஒன்று திரள்வது தங்கள் பாதுகாப்புக்கு உதவும் என்ற முடிவுக்கு ராஜேஸ்வரன் வந்தார். கலந்து ஆலோசித்து கல்லூரியில் இந்திய மாணவர் சங்கத்தை உருவாக்குவதில் சிறந்த பங்களிப்பைச் செய்தார். தீண்டாமைக்கு எதிரான வடிவங்களை எதிர்த்துப் போராடினார்.

அப்போது இந்திய மாணவர் சங்கத்தில் சேரும் மாணவர்களை, காங்கிரஸ் அமைப்பில் உள்ள மாணவர்கள், காட்டுமிராண்டிகள் என்று வசை பாடினர். அந்த மாணவர்களுடன் சண்டையிட்டு, அரசியல் போராட்டத்தை நடத்தி, தங்கசாமி என்ற மாணவரை எஸ். எப்.ஐ.க்கு கொண்டுவந்து, மருத்துவக்கல்லூரி கிளைக்கு செயலாளர் ஆக்கினார் ராஜேஸ்வரன். கல்லூரியில் படித்துக் கொண்டே கார்க்கியின், 'தாய்' நாவலையும், ரஷ்யப் புரட்சி சம்பந்தமாக பல்வேறு நூல்களையும் படித்தார். வீட்டில் படிப்பதிலும் ஆர்வம் காட்டினார்.

ஒருநாள் அவருடைய அண்ணன் கல்லூரி விடுதியில் தூங்கிக் கொண்டு இருந்தபோது, பேப்பர் போடும் பையன், 'தீக்கதிர்' பேப்பரை முகத்திலேயே வீசி எறிந்ததை சகிக்க முடியாமல் எழுந்து தம்பியுடன் சண்டை போட்டார். விடுதியில் உள்ள ஆள் உயர லெனின் படத்தை அகற்றி, 'தீக்கதிர்' படிப்பதை நிறுத்தினால் தான் நான் உனக்கு உதவி செய்வேன்' என்று ராஜேஸ்வரனிடம் கோபமாகக் கூறினார். அண்ணனுக்கு ராஜேஸ்வரன் பொறுமையாக விபரங்களை எடுத்துக்கூறி திருப்திப்படுத்தினார். அவருடைய அண்ணன் தி.மு.க.வை மிகவும் நேசிக்கிறவர். தம்பி ராஜேஸ்வரன் 1970-ல் கம்யூனிஸ்ட் கட்சி உறுப்பினர் ஆனார்.

மருத்துவராக பணிபுரியும் காலத்தில் அரசுப் பணியில் சேர்வதில்லை என்று ராஜேஸ்வரன் உறுதியான முடிவில் இருந்தார். மார்க்சிஸ்ட் கம்யூனிஸ்ட் கட்சியின் அரசியலில் பிடிப்புக் கொண்டவராகத் திகழ்ந்தார். அதனால் வரதட்சணை வாங்காமல் கம்யூனிஸ்ட் கட்சிக் குடும்பத்தில்தான் திருமணம் செய்வது என்ற உறுதியான முடிவில் இருந்தார். திண்டுக்கல் சோலைஹால் தியேட்டர் அருகில் அன்பு மருத்துவமனையை 1974-ல் துவக்கி மருத்துவராகப் பணியாற்றினார். அவருடன் படித்த 7 பேரும் அதே காலத்தில் கம்பம், தேனி, சின்னமனூர், எரியோடு, அய்யலூர் போன்ற இடங்களில் அன்பு மருத்துவமனை என்ற பெயரில் செயல்படத் துவங்கினார்கள்.

டாக்டர்.ராஜேஸ்வரன் மருத்துவத் துறையிலும்சரி, அரசியல் சமூகப் பிரச்சனைகளையும்சரி, நேர்மை உணர்வோடும் கறார் தன்மையோடும், செயல்படக்கூடியவர். நோயாளிகளைத் தன்னுடைய உறவினர்கள்போல் கவனித்து, சிகிச்சை அளித்து குணப்படுத்துவதில் கெட்டிக்காரர்.

தோழர் எஸ்.ஏ. தங்கராஜன் முயற்சியால் சிஐடியு மாநிலச் செயலாளர் தோழர் ஆர்.உமாநாத், மாதர் சங்க மாநிலச் செயலாளர் தோழர் பாப்பா உமாநாத் ஆகியோரின் மூத்த மகள் கண்ணம்மா என்ற லட்சுமிநேத்ராவதி மருத்துவரை, டாக்டர். ராஜேஸ்வரன் கரம் பிடித்தார். அவருடைய திருமணம் தமிழக முதலமைச்சர் எம்.ஜி.ஆர். முன்னிலையில், பாட்டாளி வர்க்கத்தின் தலைவர், தோழர் பி.ராமமூர்த்தி தலைமையில் நடைபெற்றது. மார்க்சிஸ்ட் கட்சியின் மகத்தான தலைவர்கள் ஏ.பாலசுப்ரமணியன், எம்.ஆர்.வெங்கட்ராமன் ஆகியோரும் கலந்துகொண்டனர்.

டாக்டர்.லட்சுமிநேத்ராவதி மனிதகுலத்தின்மீது மிகுந்த மதிப்பும் மரியாதையும் கொண்டவர். நோயாளிகளிடத்தில் கனிவான சொற்களாலும், பணிவான செயல்பாடுகளினாலும் பலரால் பாராட்டப்பட்டவர்.

டாக்டர்.ராஜேஸ்வரன் மருத்துவமனையை துவக்கியபோது அரசு மருத்துவமனையில் மாதம் ரூ.15,000 சம்பளம். அதில் சேர்ந்து பணிபுரிய வேண்டும் என்ற அண்ணனின் வேண்டுகோளை நிராகரித்தார். மிகவும் வசதியான குடும்பத்தில் திருமணம் செய்ய வேண்டும் என்ற ஆலோசனையையும் அவர் ஏற்கவில்லை. நான் சொன்னதை ஏற்காமல் தன் பிடிவாதத்தை டாக்டர்.ராஜேஸ்வரன் நிறைவேற்றி வந்தாலும், தன் தம்பி மீது உள்ள பாசத்தில் இம்மி அளவும் குறை வைக்காமல் பராமரித்து வந்தார் பாசக்கார அண்ணன்.

டாக்டர்.ராஜேஸ்வரன் சுமார் 40 ஆண்டு காலமாக மார்க்சிஸ்ட் கட்சியின் முழு நேர ஊழியர்களுக்கு இலவச மருத்துவ உதவியை செய்து வருகிறார். இடதுசாரிக் கட்சிகளுக்கும், பல்வேறு வெகுசன அமைப்புகளுக்கும் நிதி உதவி செய்து வருகிறார். திண்டுக்கல் நகரத்தில் முக்கிய பிரமுகர்கள், வர்த்தகர்கள் மத்திய தர பகுதியினரிடத்தில் உயிரோட்டமான தொடர்பில் இருக்கிறார்.

டாக்டர்.ராஜேஸ்வரன் மருத்துவ கல்லூரி மாணவராக இருந்த போது உபகார சம்பளம் கிடைக்காத மாணவர்கள் மருத்துவ கல்லூரியில், உணவுக்கான கட்டணம் கட்ட முடியவில்லை. எனவே அவர்கள் பல சிரமங்களை சந்திக்க நேர்ந்தது. அப்போது மின்சார துறை அமைச்சராக இருந்த ஓ.பி.ராமன் அவர்களை எஸ்.எப்.ஐ மாணவர்கள் சந்தித்து முறையிட்டார்கள்.

"மருத்துவக் கல்லூரி நோட்டீஸ் போர்டில் பீஸ் கட்டாத மாணவர்களின் பெயரைக் குறிப்பிட்டு கேவலப்படுத்துகிறார்கள்" என்று கூறியபோது, எகத்தாளமாகப் பேசி, எள்ளி நகையாடினார் அமைச்சர். அப்படியெல்லாம் உபகாரச் சம்பளம் உடனே வராது என்று எரிந்துவிழுந்தார். அதே ஓ.பி.ராமன் சில வருடங்களுக்குப் பிறகு உடல் நலக்குறைவால் துடித்தபோது, அவருடைய மணியகாரன்பட்டிக்கு ஓடிச் சென்று, டாக்டர்.ராஜேஸ்வரன் சிகிச்சை அளித்து காப்பாற்றினார். அப்போது கடந்தகால சம்பவத்தை நினைவுபடுத்தி, "கோரிக்கையோடு வரும் யாராக இருந்தாலும் அவர்களிடம் கனிவுகாட்ட வேண்டும்" என்று டாக்டர்.ராஜேஸ்வரன் கூறினார்.

டாக்டர்.ராஜேஸ்வரனுக்கு இரண்டு மகன்கள். ஒருவர், வினோத் ராஜேஸ்வரன் வெளிநாட்டில் பணியாற்றி வருகிறார். மற்றொருவர், டாக்டர்.அமுதநிலவன் மதுரை தனியார் மருத்துவமனையில் மருத்துவராகப் பணிபுரிந்து வருகிறார். இவர் நேத்திராவதி வலி நிவாரண மையம் ஒன்றை விளாச்சேரியில் நடத்தி வருகிறார். வியாதியால் துடித்துக்கொண்டு இருந்த 50-க்கும் மேற்பட்ட முதியவர்களுக்கு உயிரைப் பாதுகாக்க இலவச மருத்துவ சிகிச்சை செய்து வருகிறார். பாதிக்கப்பட்ட நோயாளிகளை ஆம்புலன்ஸ் உதவியோடு அழைத்து வந்து வைத்தியம் பார்க்கிறார்.

டாக்டர்.ராஜேஸ்வரனின் இரண்டு புதல்வர்களும் சாதி மறுப்புத் திருமணம் செய்து, சிறப்பாக வாழ்க்கையை நடத்தி வருகிறார்கள். டாக்டர். ராஜேஸ்வரனுக்கு இரண்டு பேரப்பிள்ளைகள் இருக்கிறார்கள்.

8

பழனி நகர்மன்றத் தலைவராகப் பணியாற்றிய வி.இராஜமாணிக்கம்

பழனி நகராட்சியில் நீண்ட காலமாக தற்காலிக தூய்மைப் பணியாளர்களாக அருந்ததியர் மற்றும் காட்டுநாயக்கர் சமூகத்தைச் சேர்ந்த 36 பேர் பல ஆண்டுகள் பணி புரிந்து வந்தனர். அவர்களை சட்டப்படி நிரந்தரப்படுத்த வேண்டும் என்ற கோரிக்கையை கட்சியும் சிஐடியூவும் வலுவாக முன்வைத்தது. இதனால் ஆத்திரமுற்ற நிர்வாகம் அவர்களை தற்காலிகப் பணியிலிருந்து நிறுத்தி விட்டது. கட்சியும் சிஐடியூவும் பல போராட்டங்களை நடத்தியும் நிர்வாகம் பணியில் சேர்க்க மறுத்து விட்டது.

சிஐடியூ மாநிலத் தலைவர்களில் ஒருவரான தோழர். கே.ஆர். கணேசன் முயற்சியில், சிஐடியூ மாவட்டத் தலைமை உயர் நீதிமன்றத்தில் வழக்கு தாக்கல் செய்து ஓர் உத்தரவைப் பெற்றது. அதன்படி நகராட்சியில் காலியாகும் பணி இடங்களில் வரிசைப்படி 36 தொழிலாளிகளையும் நியமனம் செய்ய முன்னுரிமை வழங்க வேண்டும். ஆனால் நகராட்சி நிர்வாகம் காலி இடங்கள் இருந்தபோதும், நிதி நிலையைக் காரணம் காட்டி நீதிமன்ற உத்தரவை நிறைவேற்ற மறுத்தது.

இந்நிலையில்தான் 2006-ம் ஆண்டு உள்ளாட்சித் தேர்தலில் பழனி நகர்மன்றத் தலைவராகும் வாய்ப்பு மார்க்சிஸ்ட் கம்யூனிஸ்ட்

கட்சிக்கு கிடைத்தது. கட்சியின் நகர்க் குழுச் செயலாளராக இருந்த தோழர்.வி.ராஜமாணிக்கம் கட்சியின் முடிவின்படி நகர்மன்றத் தலைவராகப் பொறுப்பேற்றார். நகராட்சிப் பணி நியமனக் குழுவுக்கும் தலைமையேற்றார்.

நீதிமன்ற உத்தரவுப்படி 36 தொழிலாளிகளுக்கும் பணி நியமனம் வழங்க வேண்டும் என்றால் நகராட்சியின் நிதிநிலையை சீராக்க வேண்டும். நகராட்சி ஆணையர் மற்றும் வருவாய் பொறியியல் பிரிவினரின் ஒத்துழைப்புடன் மிகுந்த சிரமத்திற்கிடையே நிதிநிலையை ஒரளவு சீர் செய்ய முடிந்தது. ஆனால் பணி நியமனத்தில் தொழிலாளிகளிடமிருந்து மறுபயன் எதிர்பார்த்த அரசியல் செல்வாக்குமிக்க ஒரு கூட்டம் பணி நியமன தீர்மானத்தைத் குழுவில் நிறைவேற்ற விடாமல் தடுத்து தகராறுகள் செய்தது.

இந்தக் காலகட்டத்தில் பேராசிரியர் மோகனா பணி நிறைவு பெற்று தொழிற்சங்கப் பொறுப்புக்கு வந்தார். தூய்மைப் பணியாளர்களை நீதிமன்ற உத்தரவுப்படி, பணி நியமிக்க மறுக்கும் நிர்வாகத்துடன், பழனி தொழிற்சங்கப் பொறுப்பாளர்கள் பிச்சைமுத்து, மனோகரன் ஆகியோரும் நீதிமன்ற உத்தரவுப்படி தூய்மைப் பணியாளர்களை பணியில் நியமிக்கப் போராடினார்கள். பழனி தொழிற்சங்கத்துடன் தோழர்.வி.ராஜமாணிக்கம், அப்போது உள்ளாட்சி ஊரகத்துறை அமைச்சராக இருந்த திரு.ஸ்டாலினுடன் பேச்சுவார்த்தை நடத்தினார். அதே நேரம் பழனி தொழிற்சங்கத் தோழர்கள் போராட்டம் நடத்தினார்கள்.

அரசியல்வாதிகள் சிலர் ஒருபக்கம் தொழிலாளிகளுக்கு கந்து வட்டிக்குக் கடன் கொடுக்கும் பைனான்ஸியர்களை வைத்து பேரம் பேசினார்கள். மறுபக்கம் நகராட்சி நிர்வாக இயக்குனர் வரை, நகர்மன்றத் தலைவருக்கு எதிராக புகார் கொடுத்தது. ஒரு பைசா லஞ்சம் கொடுக்காமல் பணி நியமன ஆணையை பெற்றுத் தர நகர்மன்றத் தலைவர் அலுவலகம் பெரும் போராட்டத்தை நடத்த வேண்டி வந்தது. தொழிற்சங்கத் தலைவர்கள் தூய்மைப் பணியாளர்களின் நீதிமன்ற உத்தரவை நிறைவேற்ற தொடர் போராட்டம் நடத்தினர். இதனால் சிலர் கைது செய்யப்பட்டனர்.

ஒருகட்டத்தில் அந்தக் கூட்டம் நகர்மன்றத் தலைவரை பொறுப்பிலிருந்து நீக்கம் செய்ய மன்ற உறுப்பினர்களிடம் கையெழுத்து வாங்கியது. கூட்டணியில் கிடைத்த தலைவர்

பொறுப்பு போனாலும் பரவாயில்லை, தொழிலாளிகளுக்கான பணி நியமன உரிமையை நேர்மையாகப் பெற்றே தீர்வது என கட்சி முடிவு செய்தது. இத்தனைக்கும் மத்தியில் எவ்விதக் குழப்பமும் இன்றி தொழிலாளிகள் நம்பிக்கையுடன் கட்சி மற்றும் பழனி தொழிற்சங்கத் தோழர்கள் மோகனா, பிச்சைமுத்து, மனோகரன் ஆகியோருடன் சேர்ந்து நகர்மன்றத் தலைவர் தலைமையில் அணிவகுத்தனர். இறுதியாக நகராட்சி வரலாற்றில் லஞ்ச லாவண்யத்திற்கு இடமின்றி 36 தொழிலாளிகளின் வாழ்க்கையில் ஒளி ஏற்றப்பட்டது. பணிநியமன ஆணையை செங்கொடி தலைமையில் நகர்மன்றத் தலைவர் பெற்றுத் தந்தார். காலம் காலமாக ஈவிரக்கமற்ற சுரண்டலுக்கு ஆளான தூய்மைப் பணியாளர்களுக்கு இது புது அனுபவமாகவும் போராடிப் பெற்ற உரிமையாகவும் பார்க்கப்பட்டது.

காட்டுநாயக்கர் மற்றும் அருந்ததியர் சமூகத்தைச் சேர்ந்த தூய்மைப் பணியாளர்களை அதுவரை நகராட்சி நிர்வாகம் இரண்டாம் தர ஊழியர்களாக நடத்தியது. அவர்களின் பணிசார்ந்த உரிமைகளும் நலன்களும் நசுக்கப்பட்டன. ஆனால் நமது செங்கொடி தலைமையிலான நகர்மன்றம் பொறுப்பேற்ற பிறகு தூய்மைப் பணியாளர்களின் வேலைக்கான கருவிகள், பாதுகாப்பு உபகரணங்கள் அவர்களுக்கு சேர வேண்டிய சம்பளப் பாக்கிகள், சலுகைகள் முதலான அடிப்படைக் கோரிக்கைகளை தாமதமின்றி நிறைவேற்றிக் கொடுத்தது. ஓய்வு பெறும் பணியாளர்களுக்கான பணப்பயன்கள், பணிநலன்கள் அனைத்தையும் ஓய்வு பெறும் நாளிலேயே அளிக்க ஏற்பாடுகள் செய்தது.

தோழர் வி.ராஜமாணிக்கம் நகர்மன்றத் தலைவராக இருந்த போதுதான் கையால் மலம் அள்ளும் சில பகுதிகளைக் கண்டறிந்து, அறவே அந்தப் பழக்கத்தை நிர்வாகத்துடன் சேர்ந்து ஒழித்தது. அந்த ஐந்தாண்டு காலமும் ஒடுக்கப்பட்ட துப்புரவுத் தொழிலாளிகளின் உற்ற தோழனாக நகர்மன்றத் தலைவர் அலுவலகம் இருந்தது என்றால் அது மிகையல்ல.

பகுதி - II

1

பிராந்தியும் – சாதியும்

ஒட்டன்சத்திரம் வட்டம், தொப்பம்பட்டி ஒன்றியம் கொத்தயத்தில் அதிமுக பிரமுகர் மணிக்கவுண்டர் பிராந்தி சில்லரை விற்பனையில் கொடிகட்டிப் பறந்து வந்தார். சாதி வித்தியாசம் இல்லாமல் சகலரும் அவரின் பிராந்தி விற்பனைக்கு அடிமையாகி இருந்தார்கள். ஆனால் விலை மட்டும் கொள்ளை விலை. தொழிலாளி மாரிமுத்து விலையயைக் குறைக்குமாறு கூற, அவர் மறுக்க... இவர் ஒட்டன்சத்திரம் சென்று மொத்தமாக மதுவை வாங்கி வந்து அருந்ததியர் பகுதியில் விற்க ஆரம்பித்தார்.

இதனால் தனது வியாபாரம் கடுமையாகப் பாதிப்பதை அறிந்த ஆளும் கட்சிப் பிரமுகர் இவரை அடித்து உதைக்கிறார். ஆதிக்க சமூகத்தைச் சேர்ந்த, ஆதாயம் அடைந்த சிலர், தங்கள் பங்குக்குத் தாக்குதலை நடத்தினர். நல்லவர்கள் பலர் தாக்குதலில் இருந்து மாரிமுத்துவைப் பாதுகாத்தனர், பிராந்தி விற்பதிலும் பாரபட்சமா என்ற கேள்வியுடன் தனிமைப்பட்டு நின்றார் மாரிமுத்து.

மாரிமுத்து உறவினர்கள் மூலம் பிரச்சனை நம்மிடம் வந்தது. அவருக்கு ஆறுதல் கூறி, தட்டிக்கொடுத்து அபயம் அளித்தோம். தீண்டாமை ஒழிப்பு முன்னணி சார்பாக மாரிமுத்துவைத் தாக்கியவர்களை கைது செய், சில்லரை மது வியாபாரத்தை தடை செய்க என்று மனு கொடுப்பதற்குத் தயாரானோம். ஆனால் தாக்குதலை நடத்திய பிரமுகர், 'குடிபோதையில் தவறாக நடந்துவிட்டது நாம் எப்போதும்போல பழகிக்கொள்ளலாம்' என்று பாதிக்கப்பட்டவரிடமே சரணடைந்ததால் பிரச்சனை பாதியிலேயே முடிந்தது.

2

ஜெயராஜை ஜெயிலில் தள்ளு!

பழனி தாலுகா தொப்பம்பட்டி ஒன்றியம் தாளையம் ஊராட்சி நாகூர் பிரிவில் உள்ள அருந்ததிய காலனியில் சிறுவர்கள் மாலை நேரங்களில் பல்வேறு விளையாட்டுகளில் பொழுதைக் கழிப்பது வழக்கம். அதில் இரண்டு சிறுவர்கள் ஒருவரை ஒருவர் வசைமாறி

பொழிந்தும் சண்டை இட்டுக் கொண்டும் இருந்தனர். அவ்வழியே சென்றுக் கொண்டிருந்த ஆதிக்க சமூகத்தைச் சேர்ந்த பங்காரு என்பவர், "வழித்தடத்தில் இப்படி தகராறு செய்தீர்கள் என்றால் என்ன நடக்கும் என்று தெரியாது. பன்றிக்குப் பிறந்த நாய்களே, மனிதன் வரும் போது விலகமாட்டீர்களா?" என்று கூறி, தாக்குதல் தொடுத்துள்ளார். அவரைத் தொடர்ந்து அந்த வழியில் வந்த அவரது அண்ணன் மகன் ஜெயராஜ், ஜாதியை சொல்லிப் பழித்துள்ளார்.

இந்தக் காட்சியை பார்த்துக்கொண்டிருந்த திருமாத்தா என்ற தலித் பெண் அவர்களை தடுத்து நிறுத்தி தட்டிக் கேட்டுள்ளார். "சின்ன பசங்க அடித்துக் கொள்வார்கள், அடுத்த நிமிடமே கூடிக்கொள்வார்கள், அதற்குப் போய் இப்படியா அடிப்பீர்கள் என்றும் தேவையில்லாமல் ஜாதியைச் சொல்லி இழிவு படுத்துகிறீர்கள்" என்றும் கோபமாக பேசியுள்ளார். அதற்கு ஜெயராஜ், "ஏன் உன்னை இழுக்கணுங்கிறியா?" என்று அசிங்கமாக ஜாடை காட்டியுள்ளார்., தலையைப் பிடித்து தரதரவென்று இழுத்து வந்து அருகில் இருந்த போஸ்ட் மரத்தில் மோதவிட்டு, கொலை முயற்சியில் ஈடுபட்டுள்ளார்.

திருமாத்தாவுக்கு இதனால் கடுமையான ரத்தக்காயம் ஏற்பட்டு பழனி அரசு மருத்துவமனையில் சேர்க்கப்பட்டு சிகிச்சை பெற்றார். தோழர் சொக்கலிங்கம் இந்த நிகழ்ச்சியைக் கேள்விப்பட்டு தோழர் அருள்செல்வனை அழைத்துக்கொண்டு மருத்துவமனைக்குப் போய் ஆறுதல் கூறியுள்ளார்.

டி.எஸ்.பி. அவர்களை சந்தித்து 26.02.2020 அன்று எம்.ஆர்.முத்துசாமி, கே.அருள்செல்வன், எம்.குருசாமி ஆகியோர் மனுக் கொடுத்து நடவடிக்கை எடுக்க வலியுறுத்தினர். பலத்த ரத்தகாயம் ஏற்பட்டதால் வேறு வழியின்றி டி.எஸ்.பி.யும், ஜெயராஜ்மீது வன்கொடுமை பிரிவின்கீழ் வழக்கு பதிவு செய்தார். நஷ்டஈடு பெற்றுக்கொடுத்தோம்.

3

"சக்கிலியனுக்கு சுவை ஒரு கேடா?"

ஒட்டன்சத்திரம் வட்டம், தொப்பம்பட்டி ஒன்றியம் பொருளூரில் உள்ள ஒரு பேக்கரியில், தலித் அருந்ததிய வாலிபர் திருமலைச்சாமி பக்கோடா சாப்பிட்டுவிட்டு, "கடைக்காரரிடம் பலகாரம் நல்லா

இல்லையே" என்று, டி கேட்டிருக்கிறார். பக்கத்தில் இருந்தவனுக்கு எப்படி இருந்ததோ, கடைக்காரனுக்கு வக்காலத்து வாங்கிக் கொண்டு, "சக்கிலிய நாய்க்கு டேஸ்ட் கேக்குதா? கொடுத்ததை வாங்கி தின்னுட்டுப் போகாம, பெரிய துரை மாதிரி பேசிக்கிட்டு திரியர என்று திமிருடன் பேசியபடி பக்கத்தில் இருந்த உருட்டுகட்டையால் அடித்து மண்டையைப் பிளந்துள்ளார். பாதிக்கப்பட்டவர் பின்னர் மருத்துவமனையில் அனுமதிக்கப்பட்டார்.

தாக்குதல் நடத்தியவன் இடைப்பட்ட ஜாதியைச் சேர்ந்தவன், இருவருக்கும் இடையில் புகுந்து வம்பு இழுத்தான். இதற்கு மத்தியில், "அவன் ஏதோ தெரியாமல் செய்துவிட்டான் மன்னித்து அபராதம் போட்டு விட்டுவிடலாம்" என்று ஊரில் வேலை இல்லாத சிலர் பஞ்சாயத்து செய்தனர்.

பொதுவாக என்ன பிரச்சனை என்று சொன்னால் அவரவர் வேலையை அவரவர் பார்க்க வேண்டும், அடுக்கப்பட்ட மூட்டையில் அடிமூட்டையாக, அமுக்கப்பட்ட மூட்டையாக அருந்ததியர் இருக்கின்றனர். இவன் கீழானவன், அவனைவிட ஒசத்தியானவன் நான் என்ற இறுமாப்புதான் சம்பந்தமில்லாதவனை உருட்டுக்கட்டை தூக்க வைத்தது., சும்மா இருக்கவிடாமல் பேச வைத்தது.

நாம் காவல் துறையில் மனுக் கொடுத்து மேல்நடவடிக்கை எடுக்கக் கூறினோம். பாதிக்கப்பட்ட திருமலைசாமியிடம் தப்பு செய்தவனே மன்னிப்புக் கேட்டான். திருமலைச் சாமியும் மன்னிப்பை ஏற்று பிரச்சனையை முடித்துக்கொள்ளலாம் என்ற மனநிலைக்கு வந்தார். நம்முடைய தலையீடு, குற்றவாளியை மன்னிப்புக் கேட்க வைத்தது என்ற அளவில் புகாரை மேற்கொண்டு அடுத்த கட்டத்திற்கு திருமலைச்சாமி கொண்டுசெல்லவில்லை.

4

மயானப்பாதை ஆக்கிரமிப்பை அகற்றுக!

பழனி வட்டம், கணக்கன்பட்டி ஊராட்சி கோம்பைபட்டியில் வசிக்கும் 200 தலித் அருந்ததிய குடும்பத்தினர், வடக்குப்பகுதி தோட்டத்தில் வாழும் பிற்பட்டோர் 20 குடும்பத்தினர், பயன்படுத்தி வந்த சுடுகாட்டுப்பாதையை எவ்வித முன்அறிவிப்புமின்றி, ஆதிக்க சமூக விவசாயிகள் திடீரென அடைத்து விட்டனர். இதனால் 220

குடும்பங்களும் பெரும் பாதிப்புக்குள்ளாகி கொந்தளிப்பு ஏற்பட்டது.

பாதிக்கப்பட்ட மக்களுடைய ஊர்க் கூட்டத்தை நடத்தி போராட்டத்திற்கு அறைகூவல் விடுத்தோம். மாவட்ட ஆட்சித் தலைவர், வட்டாட்சியர், டி.எஸ்.பி. ஆகியோரை சந்தித்து ஊர் மக்களிடம் வாங்கிய கையெழுத்தை 150 பேருடன் சென்று மனுக் கொடுத்து பிரச்சனையின் தீவிரத்தை வலியுறுத்தினோம். கிளை செயலாளர் கிட்டு, ஆர்.ராஜேந்திரன், எம்.ஆர்.முத்துசாமி ஆகியோர் மக்களிடம் பேசி, உறுதியாக நிற்குமாறு வலியுறுத்தினோம்.

15 நாள்களாக எந்த நடவடிக்கையும் அதிகாரிகள் எடுக்காத காரணத்தால் மீண்டும் கூடிப் பேசி போஸ்டர் வெளியிட்டோம். 'ஒரு வாரத்தில் நடவடிக்கை எடுக்காவிட்டால் பழனி வட்டாட்சியர் அலுவலகம்முன் மறியல் நடைபெறும்' என தீண்டாமை ஒழிப்பு முன்னணி சார்பாக வெளியிட்ட போஸ்டர் பெரும் பரபரப்பை ஏற்படுத்தியது. "நல்லதங்காள் புறம்போக்கில் உள்ள பெரும் பகுதி நிலத்தை தட்டுக்காரர் கருப்புசாமி ஆக்கிரமித்து விவசாயம் செய்து வருகிறார் என்றும் அதை அகற்றினால் பிற விவசாயிகளும் விலகிக் கொள்ள சம்மதம் தெரிவித்துள்ளனர்" என்பதை அதிகாரிகளிடம் கூறினோம்.

நிச்சயித்த தேதியில் மறியல் நடத்த சம்பந்தப்பட்டவர்களைத் திரட்டும் பணியில் ஈடுபட்டோம். வட்டாட்சியர் பேச்சுவார்த்தைக்கு அழைத்து ஆக்கிரமிப்பை அகற்ற உத்தரவிட்டார். சுடுகாட்டுக்குப் பத்தடி பாதை கிடைத்தது. நன்றி அறிவிப்பு போஸ்டர் வெளியிட்டு, பிரச்சனையை முடித்தோம்.

5

மஜாஜ் செய்யத்தான் தலித் மாணவர்களா?

பள்ளியில் படிக்கச் செல்லும் மாணவர்களை மதிய இடைவேளையில் தங்கள் உடம்பை மஜாஜ் செய்துவிட வேண்டும் என்று மாதா, பிதா, குரு, தெய்வம் என்று சொல்லப்படும் ஆசிரியர்கள் பயன்படுத்தி வந்தார்கள் என்ற செய்தி வந்தவுடன் பதறிப்போய் ஓடினோம். சம்பந்தப்பட்ட பள்ளியில் விசாரிக்க, "நீண்ட நாள்களாக இது நடந்துகொண்டிருக்கிறது" என்று சர்வ சாதாரணமாக மாணவர்கள் கூறினர்.

ஆசிரியர்கள் யாரையும் பெயர் கூற அவர்கள் தயாராயில்லை. மேலும், "பள்ளியில் விசாரித்தால் நீங்கள் எதிர்பார்ப்பதுபோல் உண்மையை அறிய முடியாது" என்று கூறிவிட்டு தனியாக அழைத்து, பாதிக்கப்பட்ட ஒரு மாணவனின் முகவரியைக் கொடுத்தார்கள். அவ்வூரிலேயே ஒரு நண்பனின் வீட்டில் தோழர்கள் எம்.ஆர்.முத்துசாமி, அருள்செல்வன் ஆகியோர் ஓய்வெடுத்து பள்ளி மாணவனின் வீட்டுக்கு மாலை சென்றனர்.

இடையக்கோட்டை அரசு நேருஜி மேல்நிலைப் பள்ளியில்தான், இக்கொடுமை சில ஆண்டுகளாக நடந்து வருவதாக, வடக்கு தெருவைச் சேர்ந்த எஸ்.சி. தலித் அருந்ததியர் பொன்னர் மகன் நடராஜன் கூறினார். "தனது 2 பையன்களும் 8,10-ம் வகுப்புகளில் படிக்கிறார்கள். 8-வது படிக்கும் விஷால், கார்த்திக்கை வற்புறுத்தி இவ்வேலையைச் செய்ய வைத்து சில தினங்களுக்குமுன் தொலைக்காட்சிகளிலும், ஊடகங்களிலும் வெளிவந்து, இதைப் பார்த்தவர்கள் என்னிடம் பகிர்ந்துகொண்டதன் மூலம் தெரிந்து கொண்டேன்" என்றார். அவரை மாவட்டக் கல்வி அதிகாரிக்கு மனுக் கொடுக்கச் சொல்லி நாமும் தனியாக மனுக் கொடுத்து நேரில் பேசி, உரிய நடவடிக்கை எடுக்க வலியுறுத்தினோம்.

"மாணவர்கள் மத்தியில் என் மகன் கேலிப் பொருளாகிவிட்டான். இதனால் மன உளைச்சலுக்கு ஆளாகி, பள்ளிக்குச் செல்லவும் மறுத்துவிட்டான்" என்று கவலைப்பட்டார். இதற்கிடையில், "இளங்கோ ஆசிரியர், என் மகனை அழைத்து, இச்சம்பவத்தை நாடகத்திற்கான ஒத்திகை என்று யார் கேட்டாலும் கூற வேண்டும் என்று மிரட்டியுள்ளார்" என்று விரக்தியின் விளிம்பில் நின்று கூறினார். சமூக அறிவியல் ஆசிரியராகப் பணியாற்றி வருகிற, சமூக அறிவே இல்லாத இளங்கோவனை பணி நீக்கம் செய்யக் கூறினோம். கல்வி கற்கச் சென்ற தலித் மாணவர்களை இப்பணியில் ஈடுபடுத்தியது, பின்னர் மிரட்டியது குற்றம். ஆசிரியர் மண்டையிலிருந்த சாதி அழுக்கே அவரை இச்செயலுக்கு உந்தித் தள்ளியிருக்கிறது.

தொடர்ந்து நாம் ஆர்ப்பாட்டம் நடத்த திட்டமிட்டு, துண்டுப் பிரசுரங்களையும் மாவட்டக்கல்வி அதிகாரிக்கும், மாவட்ட ஆட்சியருக்கும் அனுப்பி வைத்தோம். அதன் பலனாக கல்வித்துறை இளங்கோவனை இடமாறுதல் செய்தது.

6
கழிப்பறை சுத்தம் செய்ய
தலித் மாணவர்களா?

திண்டுக்கல் மாவட்டத்தில் தொடர்ந்து பள்ளி மாணவர்களை கழிப்பறையை சுத்தம் செய்ய நிர்ப்பந்திக்கும் சம்பவங்களுக்கு தமிழ்நாடு தீண்டாமை ஒழிப்பு முன்னணி வன்மையாக கண்டனத்தை தெரிவித்துள்ளது.

இது தொடர்பாக சங்கத்தின் மாவட்ட தலைவர் எம்.ஆர்.முத்துசாமி, மாவட்டச் செயலாளர் கே.டி.கலைச்செல்வன் ஆகியோர் விடுத்துள்ள அறிக்கையில் கூறியிருப்பதாவது.

► பழநி அருகே ஆயக்குடி அரசு உயர்நிலைப்பள்ளியில் தண்ணீர் தொட்டியை சுத்தம் செய்த மாணவர்கள். உள் படம்: தொட்டிக்குள் மேலாடையின்றி நிற்கும் மாணவர்.

"சமீபத்தில் திண்டுக்கல் மாவட்டம் நத்தம் ஒன்றியம் கணவாய்ப்பட்டிவேலூரில் உள்ள, ஊராட்சி ஒன்றிய துவக்கப்பள்ளியில் மாணவர்களை கழிப்பறை சுத்தம் செய்ய வைத்த ஆசிரியை அழகு, கல்வித்துறையின் சார்பாக பணியிடை நீக்கம் செய்யப்பட்டார். மாணவர்களை கழிப்பறையை சுத்தம் செய்ய வைத்த செயலுக்கு தமிழ்நாடு தீண்டாமை ஒழிப்பு முன்னணியின் மாவட்டக்குழு வன்மையான கண்டனத்தை தெரிவித்துக்கொள்கிறது. மேலும் இதேபோல் திண்டுக்கல் மாவட்டத்தில் பல பள்ளிகளில் இச்சம்பவங்கள் நடைபெறுவதாகப் பல புகார்கள் நமக்கு வந்துள்ளன. சில ஆண்டுகளுக்கு முன்பாக

திண்டுக்கல் சந்தை ரோட்டில் உள்ள அரசு துவக்கப்பள்ளியில் மாணவர்களை கழிப்பறையை சுத்தம் செய்யச் சொல்லி, அது வீடியோவாக படம் எடுக்கப்பட்டு சமூக வலைதளத்தில் வைரலானது. இதேபோல் ஆயக்குடியில் ஒரு பள்ளி வளாகத்தில் சுத்தம் செய்ய வைத்த சம்பவமும் நடைபெற்றது. இச்செய்தி தினகரனில் 23.02.2020-ல் வந்துள்ளது.

இந்த இரண்டு சம்பவங்கள் தொடர்பாக அப்போதிருந்த முதன்மைக் கல்வி அலுவலருக்கு தீண்டாமை ஒழிப்பு முன்னணியின் சார்பாக புகார் மனுவை மாவட்டச் செயலாளர் எம்.ஆர்.முத்துசாமி இலமு ஆகியோர் நேரில் சென்று கொடுத்து நடவடிக்கை எடுக்க வலியுறுத்தினர். இனி இது போன்ற சம்பவங்கள் நடைபெறாது என்று முதன்மைக் கல்வி அலுவலகத்தில் கொடுத்த வாக்குறுதியின் அடிப்படையில் அடுத்தகட்ட போராட்டத்திற்குச் செல்லவில்லை.

நத்தம் கல்வி வட்டத்திலும் இதேபோன்ற சம்பவம் நடைபெற்றுள்ளது. எனவே மாவட்ட முதன்மைக் கல்வி அலுவலர் உடனடியாக இதுபோன்ற சம்பவங்களைத் தடுத்து நிறுத்த, பள்ளிகள் தோறும் சுற்றிக்கை அனுப்ப வேண்டும். பள்ளியில் நடைபெறும் இதுபோன்ற தீண்டாமைக் கொடுமைகளைக் கண்டறிய வகுப்பறைப் பகுதியில் புகார்ப்பெட்டிகள் வைக்கப்பட வேண்டும். தண்ணீருடன் கூடிய முறையான கழிப்பறைகள் கட்டித்தரப்பட வேண்டும். தூய்மைப் பணியாளர்கள் நியமனம் செய்யப்பட வேண்டும் என தீண்டாமை ஒழிப்பு முன்னணி வலியுறுத்தியுள்ளது.

பள்ளிகளில் தீண்டாமையைக் களைவதற்கு ஆசிரியர்களுக்கும், மாணவர்களுக்கும் தீண்டாமை குறித்தான விழிப்புணர்வுக் கருத்தரங்குகள் மற்றும் குழந்தைகள் உரிமைகள் குறித்தான கருத்தரங்கம் நடத்த வேண்டும். இதுபோன்ற குற்றங்களில் ஈடுபடும் ஆசிரியர்களுக்கு சட்டத்தின் பார்வையில் கிடைக்கும் தண்டனைகள் குறித்தும் விளக்க வேண்டும். அதற்காக சட்ட விழிப்புணர்வுக் கருத்தரங்கமும் நடத்த, மாவட்ட ஆட்சியர் மற்றும் மாவட்ட முதன்மைக் கல்வி அலுவலகமும் முன்வரவேண்டும்.

2022-ம் ஆண்டு அக்டோபர் 2ஆம் தேதி மகாத்மா காந்தி பிறந்த தினத்தன்று கிராமசபைக் கூட்டங்கள் நடைபெறுகின்றன. அந்தக் கூட்டங்களிலும் தீண்டாமைக்கெதிரான உறுதிமொழி ஏற்பு நிகழ்ச்சியை நடத்தவேண்டும். ஆதிதிராவிடர் நலத்துறையின்

சார்பாக ஆண்டுதோறும் காந்திஜி நினைவு தினத்தை தீண்டாமைக்கெதிரான நாளாக கருத்தரங்குகள் நடத்துவது வழக்கம். மாவட்ட ஆட்சியர் தலைமையில் பள்ளி கல்வித்துறை மற்றும் ஆதிதிராவிடர் நலத்துறையின் சார்பாக பள்ளி, கல்லூரிகளில், "தீண்டாமை ஒழிப்புக் கருத்தரங்கம் மற்றும் உறுதி மொழி ஏற்பு நிகழ்ச்சிகளை நடத்த முன்வர வேண்டும் என அதில் தெரிவிக்கப்பட்டுள்ளது.

7

மனைவியை மிரட்டி உருட்டி...

ஒட்டன்சத்திரம் வட்டம், புளியமரத்துக்கோட்டை நவாலூரத்தில் அருந்ததியர் சமூகத்தைச் சேர்ந்த 26 குடும்பங்கள், 100 பேர் வாழ்கின்றனர். பெரும்பான்மை ஆதிக்க சமூகத்தைச் சேர்ந்த நபர், குடிநீர் எடுக்கவிடாமல் ஒரு வாரமாக நிறுத்திவிட்டார். ஊருக்குள் அவ்வப்போது இடையூறு செய்வதில் இன்பம் காண்பவர் அவர். குற்றம் கண்டுபிடித்து, ஊர்கூட்டத்தில் காலில் விழ வைப்பது சாதி இந்துக்களுக்கு வழக்கம்.

ஒரு வாரமாக தண்ணீர் வராததால் பெரும் துன்பமும், துயரமும் மக்கள் பட்டனர். மின்சாரத்துறையில் பணியாற்றி வரும் ராமன் மகன், சக்கரை தைரியமாக, "ஏன் தண்ணீர் வரவில்லை?" என்று தட்டிக் கேட்கின்றார். "சக்கிலிய நாய்க்கு எங்களை எதிர்த்துப் பேசுமளவு திமிரா?" என்று மிரட்டியுள்ளார், ஆதிக்க சமூகத்தைச் சேர்ந்த டேங் ஆப்ரேட்டர் கருப்புராசு. தண்ணீர் கேட்டா, சாதிய இழுக்காம முறையாகப் பதில் சொல்லுங்க என்று பதிலுக்குக் கேட்க, அவர் மீது பாய்ந்து வெறிநாய்போல தாக்கி காயப்படுத்தினர்.

வேடசந்தூர் மருத்துவமனையில் சிகிச்சைக்குச் சென்ற சக்கரையைத் தடுத்து மீண்டும் தாக்கியுள்ளனர். "அவருக்கு பதில் நான் மன்னிப்புக் கேட்கிறேன்" என்று அவரது மனைவி மன்னிப்பு கேட்டாலும் விடாப்பிடியாக சக்கரையைக் கூட்டி வந்து வலிய, காலில் விழவைத்துள்ளனர்.

தன்மானமுள்ள சக்கரை மனஉளைச்சலுடன் சிகிச்சையும் பார்க்காமல் ஓரிரு நாளில் இறந்துவிடுகிறார். ஒரு வாரத்திற்குப் பிறகு தான் தீண்டாமை ஒழிப்பு முன்னணிக்குத் தகவல் கிடைத்தது. ஊர் பொதுமக்களைச் சந்தித்து, அவர்களில் 42 பேர்

கையெழுத்துமிட்டு சக்கரையின் மர்ம மரணத்தில் அவரது உடலை உடற்கூராய்வு செய்து உரிய விசாரணை மேற்கொண்டு, உண்மைக் குற்றவாளிகளைக் கைது செய்து நீதியை நிலைநாட்டுமாறு இடையக்கோட்டை காவல் நிலையத்தில் புகார் கொடுத்தோம்.

நாம் அமைப்பின் சார்பாக தோழர்கள் எம்.ஆர்.முத்துசாமி, க.சின்னக்கருப்பன், கே.அருள்செல்வன் ஆகியோர் டி.எஸ்.பி.யை சந்தித்து தனி மனு தந்தோம். "டி.எஸ்.பி. ஊர்க்காரர்களை, நான் விசாரித்து விட்டேன்" என்ற இறுமாப்பில் பேசினார். அவர்கள் மனு தரவில்லை என்றார்.

சர்க்கரை மகள் ஈரோட்டில் செவிலியராகப் பணியாற்றுகிறார். தாயிடமும், மகளிடமும் தோழர் க.சின்னக்கருப்பன் பேசியபொழுது "அவர்களை எதிர்த்துக்கொண்டு நாங்கள் வாழ முடியாது" என்று புகார் செய்ய வர மறுத்துவிட்டனர்.

இக்கொலைக்குக் காரணமான ஆதிக்க ஜாதி வெறியர்களை வன்கொடுமை தடுப்புச் சட்டத்தில் கைது செய்ய வலியுறுத்தி 2018 ஆகஸ்ட் 11ம் தேதி ஒட்டன்சத்திரத்தில் கண்டன ஆர்ப்பாட்டம் நடத்தினோம். தோழர்கள் கே.பாலபாரதி, எம்.ஆர்.முத்துசாமி, க.சின்னக்கருப்பன், எம்.கருணாகரன், கே.அருள்செல்வன், சிவமணி, சுரா. தங்கபாண்டியன், மருதை போஸ், வி.கணேசன் மற்றும் பலர் கண்டன உரை நிகழ்த்தினர்.

அவரது மனைவியை மிரட்டி உருட்டி, "எனது கணவன் உடல் நிலை சரியில்லாததால் நெஞ்சு வலியால்தான் இறந்தார்" என்று மனுவைப் பெற்றுக்கொண்டு வழக்கை முடித்துவிட்டனர்.

ஆண்டாண்டு காலமாக அடக்கப்பட்ட அருந்ததிய மக்களின் அச்சமே ஆதிக்க சக்திகளின் பலமாக மாறி நிற்கிறது.

8

விருப்பாச்சியில் விரும்பத்தகாத சம்பவம்

ஒட்டன்சத்திரம் வட்டம், விருப்பாச்சியில் பல்லாண்டு காலமாக காளியம்மன் திருவிழா மிகச் சிறப்பாக ஜாதி, மத வித்தியாசமில்லாமல் கொண்டாடப்பட்டு வருகிறது. கடந்த 15 ஆண்டுகளுக்கு முன்பு விழாவை நடத்துவதில் தலைவர், பொருளாளர் மத்தியில் பிரச்சனை ஏற்பட்டு, வட்டாட்சியர்

மற்றும் கோட்டாட்சியர் முன்னிலையில் ஊரில் உள்ள எல்லா ஜாதியிலும் 2 பேர் கொண்ட கமிட்டி அமைத்து, வரவு - செலவு பார்ப்பது என்று முடிவானது.

அதை ஏற்காமல் வம்பு, வழக்கு என்று 15 ஆண்டு காலம் ஓடி விட்டது. தற்பொழுது பெரியவர்கள் ஒன்று கூடிப் பேசி தலித், பள்ளர் சமூகமும் பிற்பட்ட சமூகத்தைச் சேர்ந்தவர்களும் ஒன்றாக, ஊர்த் திருவிழாவை நடத்துவது என்று முடிவு செய்தார்கள். ஆதிக்க சக்தியில் சிலர் பள்ளர்களிடம் வரி வாங்கக் கூடாது என்று இப்போதும் எதிர்ப்பைத் தெரிவித்தனர். அவர்களை சமாதானப்படுத்தி சிறப்பாக நடத்த முடிவு செய்யப்பட்டது.

திருவிழாவின்போது ஆடலும், பாடலும் நிகழ்ச்சியில் பசும்பொன் முத்துராமலிங்கத்தேவர் பாடல் இசைக்கப்பட்டபோது தங்கள் சமூகத்தைச் சேர்ந்த இமானுவேல்சேகரனைப் பாராட்டி பாடவேண்டுமென்று பள்ளர் சமூகத்தினர் கூறினர். அதற்கு எதிர்ப்புக் கிளம்ப... பெரியவர்கள் தலையிட்டு சமாதானப்படுத்தியுள்ளனர்.

அடுத்த நாள் தலித் சிறுமி ஒருவர் தாக்கப்பட்டார். இரண்டு சமூகத்திற்கு மத்தியில் வாக்குவாதம் ஏற்பட்டதில் கல் எறிதலில் துவங்கி, கலவரமாக மாறியது. காவல்துறை தலையிட்டு கலவரத்தை தடுத்து நிறுத்தி 2 தரப்பினர் மீதும் எப்ஜஆர் போட்டுள்ளனர். அடுத்த நாள் காலையிலேயே தோழர்கள் எம்.கருணாகரன், எம்.ஆர்.முத்துசாமி, எம்.குருசாமி, கே.அருள்செல்வன், எஸ்.சிவமணி ஆகியோர் சென்று நிலைமையை அறிந்தனர்.

ஊர்த் திருவிழாவில் வந்த இரண்டு பிரச்சனையிலும் தலித் மக்களுக்கு நியாயம் வழங்க மறுத்தது மட்டும் அல்ல, தலித் பகுதியை ஒதுக்க வேண்டும் என்ற ஆதிக்க சமூகத்தின் சிலர்தான் வன்முறைக்கு காரணம், தூண்டிவிட்ட ஆதிக்க சக்தியினரை வன்கொடுமை தடுப்புச்சட்டத்தின்கீழ் வழக்குப்பதிவு செய்து கைது செய்திட வேண்டும், கலவரத்தில் பாதிக்கப்பட்ட தலித் இளைஞர்களுக்கு உரிய நஷ்டஈடு வழங்க வேண்டும் என்று சிபிஐஐ(எம்) தீண்டாமை ஒழிப்பு முன்னணியின் சார்பாக மாவட்ட துணைக் கண்காணிப்பாளர், எஸ்.பி. ஆகியோரிடம் ஆய்வில் ஈடுபட்ட தோழர்கள் மனுக் கொடுத்து பேசி வந்தனர்.

ஒட்டன்சத்திரம் இந்திய கம்யூனிஸ்ட் கட்சி ஒன்றியச் செயலாளர் எம்.கணேசன் இப்பிரச்சனையில் நம்முடன் ஒருங்கிணைந்து செயல்பட்டார். இடதுசாரிக் கட்சிகள் இரண்டும் இணைந்து அமைதிப் பேச்சுவார்த்தைக்கு ஏற்பாடு செய்தனர். இரு தரப்பும் இதற்குமேல் பிரச்சனை தொடராமல் அமைதி காப்பது, வழக்குகளை அவரவர் சந்தித்துக்கொள்வது என்று அதில் முடிவு செய்யப்பட்டது.

இந்திய கம்யூனிஸ்ட் (மார்க்சிஸ்ட்) கட்சி சார்பாக நடந்த சம்பவங்களை முழுமையாகக் குறிப்பிட்டு குற்றவாளிகளான ஆதிக்க சக்தி ஆளும் கட்சியினரையும் அடையாளப்படுத்தி துண்டுப் பிரசுரம் வெளியிட்டு, வீடு வீடாக விநியோகிக்கப்பட்டது.

9

சாலையில் சமையல் செய்தோம்

நிலக்கோட்டை வட்டம், நிலக்கோட்டை ஒன்றியம் எத்திலோடு ஊராட்சி சில்லலப்பட்டி கிராமத்திற்குக் கடந்த 20 ஆண்டுகளாக எவ்வித வசதியும் செய்து தரப்படவில்லை என்பது இவ்வூர்

மக்களின் கவலை. இங்கே குடியிருக்கும் 100 குடும்பத்தினரும் அருந்ததியர் என்பதுதான் காரணம். இக்காலத்தில் அடிப்படை வசதிகளான சாலை, சுகாதாரம், குடிநீர் வசதி ஏற்படுத்தித் தரவேண்டும் என மாவட்ட ஆட்சியர், வட்டாட்சியர், அலுவலரிடம் பல முறை மனுக் கொடுத்தும் பலனில்லை. உடனடியாக ஊர் கூட்டம் நடத்தினோம்.

ஏற்கெனவே எத்திலோடு திருவிழாவின்போது தலித்துகள்மீது நடந்த தாக்குதலைக் கண்டித்து, வலிய வந்து உதவி செய்த தீண்டாமை ஒழிப்பு முன்னணியை அணுகுவதென ஊர் மக்கள் கூடிப் பேசி நம்மிடம் வந்தனர். நாமும் ஊர்க்கூட்டத்தை நடத்தி, போராட்டத்திற்கு வருவதை உறுதிப்படுத்தினோம்.

அதிகாரிகள் அனைவருக்கும் நேரடியாகச் சந்தித்து மனுக் கொடுத்து கோரிக்கைளை நிறைவேற்றக் கூறினோம். 10 நாளாக எந்தவித பதிலும் இல்லை. "இக்கோரிக்கையை நிறைவேற்றத் தவறினால் தினசரி ஒவ்வொரு வீடும் சாலையிலேயே சமையல் செய்வோம். எந்த வாகனங்களையும் அனுமதிக்க மாட்டோம்" என்று தேதிகளைக் குறிப்பிட்டு அறிவிப்புகளை வெளியிட்டோம். அந்த குண்டும் குழியுமான சாலையில் விழுந்து எழுந்தவர்கள், விபத்துக்கு ஆளானவர்கள் பலர் இப்போராட்டத்திற்கு ஆதரவளித்தனர். ஏராளமான நிதியை வாரி வழங்கினார்கள்.

திட்டமிட்டபடி 26.10.2018-ல் ஊர் மக்கள் சரியாக காலை 10 மணிக்கு சாலையில் அடுப்புக்கூட்டி உலையைக் காயவைத்து, அரிசியைப் புடைத்து ஊறவைத்து சமைக்க ஆரம்பித்தார்கள். பொங்கிய சாதத்தை குலவை இட்டு இறக்கிவைத்தார்கள்.

இந்நிகழ்ச்சியில் தோழர்கள் எம்.ஆர்.முத்துசாமி, எம்.காசிமாயன், படையப்பா உட்பட பலரும் கலந்துகொண்டு மக்களிடம் உரையாற்றினார்கள். பேரூராட்சி செயல் அலுவலரிடமிருந்து அலைபேசி மணி அழைப்பு அலறியது.'உடனே வருக, கோரிக்கைகளை பேசித்தீர்க்கலாம்' என்று.

நம்மிடமிருந்த ஆட்டோ இருசக்கர வாகனங்களில் ஊர்மக்களும் தோழர்களும் புறப்பட்டு அம்மையநாயக்கனூர் பேரூராட்சி அலுவலகத்தை அடைந்தோம். செயல் அலுவலர் அவர்கள் பேச்சுவார்த்தை நடத்தினார்கள்.

இ.ஓ.மத்தியாஸ் (எம்.ஆர்.முத்துசாமியின் நண்பர்) அவர்கள் ஒவ்வொன்றிற்கும் கால அவகாசம் குறிப்பிட்டு நிறைவேற்ற

வாக்குறுதி அளித்து நமக்கு எழுத்துப்பூர்வமாக கையொப்பம் இட்டு கடிதம் கொடுத்தார்.

குறிப்பிட்ட கால அவகாசத்துக்கும் மேலாக காலதாமதமானதே தவிர, 17 லட்சம் நிதி ஒதுக்கி சாலை அமைக்கும் பணி நிறைவேற்றப்பட்டது.

10

"சக்கிலியனுடன் சம்மந்தம் செய்வதா?"

ஒட்டன்சத்திரம் வட்டம், தொப்பம்பட்டி தலித் அருந்ததியர் சமூகத்தைச் சேர்ந்த சத்திவேல், மகன் காளீஸ்வரனை தாராபுரம் கல்வியல் கல்லூரியில் கடன் வாங்கிப் படிக்க வைக்கிறார். மகனைப் பற்றி ஏராளமான கனவுகளுடனும், எதிர்பார்ப்புகளுடனும் வாழ்ந்துகொண்டிருக்கிறார் சக்திவேல்.

ஆதிக்க சமூகத்தைச் சேர்ந்த தாராபுரம் மனோகர் மகள் சிவப்பிரபா அதே கல்லூரியில் பயின்று வருகிறார். இருவருக்கும் பழக்கம் ஏற்பட்டு காதலாக மலர்கிறது. கல்லூரிப் படிப்பை முடித்து வேலை தேடிய பிறகு இருவரும் திருமணம் செய்து கொள்வது என்று முடிவு செய்தனர். இவர்களது காதல் விஷயம் எப்படியோ பெண் வீட்டாருக்குத் தெரிந்து கல்லூரிப் படிப்பை நிறுத்தினார்கள். இதனால் மிகப்பெரும் குழப்பத்துடன், இருவரும் பரிதவித்தார்கள். நீண்ட யோசனைக்குப் பிறகு தன் காதலனையே கரம் பிடிக்கத் தீர்மானித்தார் சிவப்பிரபா.

இந்தத் தகவலை சிவப்பிரபா, காதலனிடம் சொல்லி, சகல சான்றிதழ்களுடன் தயாராகுமாறு கூறினார். சந்தோஷமான செய்தி, ஆனாலும் தனது வாழ்நிலை கருதி பயமும் சூழ்கிறது. ஒரு வழியாக இருவரும் ஒருமித்த முடிவுடன் தனது நட்பு வட்டத்தை நாடுகிறார்கள்.

இதற்கு மத்தியில் செய்தி அறிந்த ஆதிக்க சமூகத்தினர் இருவரையும் தேடி அலைகின்றனர். கிடைத்தால் சும்மா விடக்கூடாது என்று கங்கணம் கட்டிக்கொண்டு திரிகின்றனர். இருவரும் சட்டப்படி திருமணம் செய்துகொண்டு தேடுதல் வேட்டையில் தப்பவேண்டுமென்பதற்காக மதுரை உயர் நீதிமன்றத்தில் ஆஜராகினர். நீதித்துறை சகலவிதமான

ஆதாரங்களையும் பார்த்து குடும்பமாக வாழ சட்டபூர்வமான உரிமை அளித்தது. வேலை வாய்ப்புக்காக இருவரும் இப்பரந்த இந்தியாவில் தங்கள் பயணத்தை தொடர்ந்தனர்.

ஆனால் காளீஸ்வரன் அப்பா சக்திவேல் கம்யூனிஸ்ட் கட்சியில் அங்கமாக விளங்குவதால் கம்யூனிஸ்ட் கட்சிமீது கோபத்தை உருவாக்கினார்கள். ஊராட்சி மன்றத் தலைவர் தேர்தலில் கம்யூனிஸ்ட் கட்சி அருள்செல்வன் துணைவியார் போட்டியிட்ட போது, "இவர்களுக்கு வாக்களித்தால் நமது சமூகத்துப் பெண்களை சக்கிலியனுக்கு கட்டிவைத்து விடுவார்கள்" என்ற பிரச்சாரத்தை எதிர் வேட்பாளர் வலுவாக மக்கள் மத்தியில் கொண்டுசென்றார்.

ஜாதி ஆதிக்க சக்திகள், "சொந்த சமூகத்தை அழிக்கத் துடிக்கும் இவர்களை ஒழித்துக்கட்டுங்கள்" என்று பிரச்சாரம் செய்து, தேர்தலில் வெற்றி பெற்றனர். காதலர்கள் தம்பதியாகி வாழ்ந்து வென்று காட்டினர். கம்யூனிஸ்டுகள் தன்னலமற்றவர்கள்தானே! தோற்றாலும் மக்கள் பணியை தொடர்கிறார்கள்.

11

அமைச்சரின் அகந்தைக்கு அடிபணியோம்

தமிழக வனத்துறை அமைச்சர் சீனிவாசன் மேகமலைக்குச் சென்ற போது தன்செருப்பை போட்டுவிட அருகில் இருந்த ஆதிவாசி சிறுவனை, டேய்! இங்கே வாடா! என்று அதிகாரத்துடன் விரட்டி அழைக்கிறார். இது காணொளியில் வைரலாகிறது.

தமிழ்நாடு தீண்டாமை ஒழிப்பு முன்னணி, அமைச்சரின் அடாவடித்தனத்தை அம்பலப்படுத்துவோம், சாதி அகந்தைக்கு அடிபணியோம் என ஆர்த்தெழுந்து திண்டுக்கல் மணிக்கூண்டில் அமைச்சரின் சாதி ஆதிக்க வெறியைக் கண்டித்தும் வன்கொடுமை தடுப்புச்சட்டத்தில் வழக்குபதிவு செய்திடக் கோரியும் கண்டன ஆர்ப்பாட்டம் நடத்த முடிவு செய்தோம். அனுமதி வேண்டி திண்டுக்கல் காவல் துறையை எம். ஆர். முத்துசாமி, இலமு, அரபு முகமது ஆகியோர் சந்தித்தனர்.

"நமது மாவட்ட அமைச்சராயிருப்பதால் ஒரு முறை மன்னித்து விடக்கூடாதா?" என்று இன்ஸ்பெக்டர் கேட்டார். நாம் ஏற்கவில்லை. "நாளை வாருங்கள் டி.எஸ்.பி.யிடம் பேசிவிட்டுச் சொல்கிறேன்" என்றார் இன்ஸ்பெக்டர். அடுத்த நாள் போலீஸ் ஸ்டேஷன் போனபோது, "தைப்பூச காலமாக இருப்பதால்

போலீஸ் பாதுகாப்பு தரமுடியாது. எனவே இம்முறை ஒத்திவைத்துவிட்டு பூசத்திற்குப் பிறகு ஒரு தேதியில் நடத்துங்கள்" என்றார்கள்.

அதற்கு பிறகு அனுமதிக்குப் போகும்போது பேரனாக நினைத்துக் கூப்பிட்டதாக அமைச்சர் தன்னிலை விளக்கம் கொடுத்ததாக காவல் துறையினர் நம்மிடம் கூறினார்கள். "விஷயத்தை இத்துடன் விட்டுவிடுங்கள்" என்று கெஞ்சாத குறையாக காக்கிச் சட்டைகள் கூறியபோது நாங்கள் ஆர்ப்பாட்டம் நடத்துவதில் உறுதியாக இருந்தோம். 11.02.2020-ம் தேதி திட்டமிட்டபடி திண்டுக்கல் மணிக்கூண்டு அருகே கண்டன ஆர்ப்பாட்டத்தை வெற்றிகரமாக நடத்தினோம்.

12

தலித் மாணவர்கள் மீது
தாளாளரின் தாளாத வன்மம்

நத்தம் நகரில் ஆர்.சி. மெட்ரிக் பள்ளி செயல்பட்டு வருகிறது. அப்பள்ளியை உருவாக்கும்போது தலித் கிறிஸ்தவர்களை கட்டிடப்பணிக்கு கடுமையாகப் பயன்படுத்தினர். உங்கள் குழந்தைகளுக்கு முதலிடம் தருவதாக வாக்குறுதி கொடுத்துவிட்டு தற்போது தலித் கிறிஸ்தவ மாணவர்களுக்கு ரூ.500 என்று விதிகளை மீறி கட்டணம் வசூலிப்பது என்று தாளாளர் தன் இஷ்டத்திற்கு முடிவுசெய்தார்.

"படிப்பிலும் விளையாட்டிலும் திறமையான தலித் கிறிஸ்தவ மாணவர்களைப் புறக்கணிப்பது ஏன் என்றால் ஒரு கோடி ரூபாய் சொந்தப் பணத்தைப் போட்டு பள்ளி நிர்வாகம் நடத்துவதாகவும், பள்ளி தன்னுடையது" என்றும் ஆணவத்துடன் கூறினார் பள்ளித் தாளாளர், "தாளாளர் பீட்டர்ராஜ் மீது நடவடிக்கை எடுக்க வேண்டும்" என பாதிக்கப்பட்ட மாணவர்களின் பெற்றோர்கள் நம்மிடம் வந்தனர். நத்தத்தில் அவர்களை சந்தித்துப் பேசினோம்.

இச்சந்திப்பில் தோழர்கள் எம்.ஆர்.முத்துசாமி, டி.முத்துசாமி, P. வெள்ளைச்சாமி, க.சின்னக்கருப்பன், ஸ்டாலின், பொன்னுச்சாமி ஆகியோரும் பெற்றோர்களிடம் பேசி, தாளாளரைச் சந்தித்தோம். திண்டுக்கல் மறை மாவட்டப் பேராயர் 24.07.19 அன்று முள்ளிப்பாடியில் உள்ள அவர் இல்லத்தில் சந்தித்து, குறைகளை நிவர்த்தி செய்திடக் கோரி அமைப்பின் சார்பாக மனுக் கொடுத்துப் பேசினோம்.

பலனில்லை. 04.09.19 அன்று முதன்மைக் கல்வி அலுவலரிடமும் மனுக் கொடுத்துப் பேசினோம் மாவட்ட ஆட்சித் தலைவரிடமும் 26.08.19 தேதி மனுக் கொடுத்துப் பேசினோம்.

நத்தம் ஆர்.சி. மெட்ரிக் மேல்நிலைப் பள்ளியின் அரசு விதிமுறை மீறல் நிர்வாகச் சீர்கேடுகளைக் கண்டித்து 18.10.19 அன்று காலை 9 மணிக்கு பள்ளி முன்பே ஆர்ப்பாட்டம் நடத்த முடிவு செய்தோம். ஆனால் அனுமதி மறுக்கப்பட்டது.

மாணவர்கள் அச்சத்துடனும், கவலையுடனும் உள்ளனர். தலித் கிறிஸ்தவ மாணவர்களின் கல்விச் சலுகைகளையும் வழங்க மறுக்கிறார்கள். அதிகாரிகள் ஆவன செய்வதாக உறுதி அளித்தார்கள். அந்த நம்பிக்கையுடன் காத்திருக்கிறார்கள்.

13

ஆட்டுக்குட்டியை திரும்பக் கேட்ட தலைவர்

ஒட்டன்சத்திரம் வட்டத்தில் மண்டவாடி ஊராட்சி அமைந்துள்ளது. மேற்படி கிராமத்தில், சட்டமன்றத் தேர்தலோ நாடாளுமன்றத் தேர்தலோ, வந்தால் வாக்குச்சாவடியில், எதிர்க்கட்சி வேட்பாளரின் ஏஜெண்டுகள் பணியற்ற முடியாது. அதுவும் தலித்துகள் ஏஜெண்டாக உட்காரவே முடியாது.

மேற்படி கிராமத்தில் 2011-ம் ஆண்டு நடைபெற்ற உள்ளாட்சித்தேர்தலில் முருகேசன் என்பவர் தலைவராக (அ.தி.மு.க.) இருந்தார்.

தமிழக அரசின் சார்பில் ஏழைக் குடும்பங்களுக்கு இரண்டு ஆடுகள் வீதம் ஊராட்சிகளில் பத்து பேர் முதல் 20 பேருக்கு வழங்கப்பட்டது.

அதன்படி - மண்டவாடி ஊராட்சிக்கு உட்பட்ட ரோட்டுப்புதூரில் முருகேசன் என்ற தலித் குடும்பத்தைச் சேர்ந்தவருக்கும் வழங்கப்பட்டது.

சில நாள்களுக்கு பிறகு, ஏற்கெனவே வழங்கப்பட்ட பயனாளிகளிடம் இருந்து ஊராட்சித் தலைவருக்கு வேண்டியவர்களை அனுப்பி, "ஒரு ஆட்டை வைத்துக் கொள்ளுங்கள். ஒரு ஆட்டை, தலைவருக்கு வேண்டியவர்களுக்கு கொடுங்கள்" என்று பயனாளிகள் ஒவ்வொருவரிடமும் ஓர் ஆட்டை பிடித்துக் கொண்டுபோய் விட்டனர். அதுபோலவே முருகேசன் குடும்பத்திற்கு வழங்கிய

ஆட்டையும் பிடிக்க வந்துள்ளனர். வந்தவர்களிடம், "எனது குடும்பத்திற்கு 2 ஆடுகள் தமிழக அரசால் வழங்கப்பட்டது. அதில் ஒரு ஆட்டைக்கேட்கிறீர்கள். சட்டப்படி ஆடு எங்களுக்குச் சொந்தமானது. அதிகாரிகள் வந்து இன்னொரு ஆடு எங்கே என்று கேட்டால் என்ன சொல்வது. அதனால் ஊராட்சியில் இருந்து நாங்கள் ஒரு ஆட்டை திரும்பப் பெற்றுகொண்டோம் என்று எழுதிக் கொடுத்துவிட்டு பிடித்துச் செல்லுங்கள்" என்று கூறியிருக்கிறார். அதைக்கேட்டு வந்தவர்கள் தலைவர் முருகேசனிடம் விவரத்தைச் சொல்லியிருக்கிறார்கள்.

"அப்படியா பேசினான்! அந்த சக்கிலியப் பயலுக்கு கொழுத்துப் போச்சா, எழுதிக் கேட்கிறான். நாமதானே குடுத்தோம், போய் 2 ஆட்டையும் பிடித்து வாருங்கள்" என்று கூறவே, அவரது அடியாள்கள் வந்து அந்த 2 ஆட்டையும் பிடித்துச் சென்றுவிட்டார்கள். மேற்படி சம்பவம் நடைபெறுவதற்கு முன்னால், தலித் முருகேசன் சில காலம் கேரளாவில் வாழ்ந்து, பின் தனது சொந்த ஊர் வந்து திருமணம் செய்து, இங்கேயே வாழ்ந்து வருகிறார். தலித் மக்கள் பிரச்சனைகளுக்கு உதவி செய்து வந்துள்ளார். காப்பீட்டுத் திட்டம் இல்லாதபோதே பல நோயாளிகளுக்கு தொண்டு நிறுவனங்களை அணுகி, உதவிகள் பெற்றுக்கொடுத்து தானும் உடன் இருந்து கவனித்து நோய் குணமாகும் வரை உதவி செய்வது இவரது வழக்கமாக இருந்துள்ளது.

அந்தப் பகுதியில் அம்பிளிக்கை என்ற தாய்க் கிராமம் உள்ளது. அதனைச் சுற்றி பாரதிய ஜனதா கட்சியின் பல நிர்வாகிகள் இருந்துள்ளனர். சிறிது காலம் அந்தப் பிரமுகர்கள் பொறுப்பு கொடுத்து முருகேசனைப் பயன்படுத்தி வந்துள்ளனர். இந்தப் பிரச்சனை வந்தபின் முருகேசன் குடும்பத்திற்கு எந்த உதவியும் கிடைக்கவில்லை. தானாகவே அரசு அதிகாரிகள், முதலமைச்சர், மாவட்ட ஆட்சித் தலைவர் என பலருக்குப் புகார் மனுக்கள் அனுப்பியுள்ளார். யாரும் நடவடிக்கை எடுக்கவில்லை.

ஊராட்சித் தலைவர் முருகேசன் மேல்சாதிக்காரர். அவரை எதிர்த்துப் பேச மேல்சாதிக்காரர்களே தயங்குகின்ற நிலைதான் இருந்தது.

இந்த நிலையில் தலித் முருகேசன் அனைத்து சாதியினரிடத்திலும் நன்றாகப் பழகுபவர். அதில் ஒருவர் தலித் முருகேசன் கேரளாவில் இருந்து, ஒரு சமயம் ஊருக்கு வந்தபோது கேரளாவில் வட்டிக்கடை வைக்க உதவி புரிந்துள்ளார். அவர் தலித் முருகேசனிடம் நன்கு

பழகியவர். இன்றளவும் அவர் நண்பராக உள்ளார். அவர் ஒட்டன்சத்திரத்தில் ஒரு பழைய இரும்புச் சாமான் கடை வைத்து அதை தலித் முருகேசனை விற்பனையாளராக வைத்து மாதம் 6 ஆயிரம் சம்பளம் கொடுத்து வந்துள்ளார். முருகேசனுக்குத் தேவைப்படும்போதெல்லாம் உதவி செய்து வந்துள்ளார்.

அவர் முருகேசனிடம், "ஆடுகளை ஊராட்சித் தலைவர் பிடித்துச் சென்றதை விட்டுவிடு. கடையை நீதானே பார்க்கிற, உனக்கு எத்தனை ஆடு வேணுமோ போய் வாங்கிக் கொள்" என்று கூறி, "பிரச்சனை வேண்டாம்" எனக் கூறியுள்ளார். அதற்கு தலித் முருகேசன், "நீங்க ஏன் வாங்கி தருகிறீர்கள், எங்களுக்குக் கொடுத்த ஆட்டை மட்டும்தான் கேட்கிறேன்" என்று கூறிவிட்டார்.

இந்த நிலையில், ஒட்டன்சத்திரத்தில் கட்சித் தோழர் முருகானந்தனின் தொடர்பு ஏற்பட்டு கட்சி அலுவலகம் வந்து நடந்தவற்றைக் கூறினார்.

"தலித் முருகேசன் உறுதியாக உள்ளவரா?" எனப் பல கோணங்களில் கேள்வி கேட்டோம். "உங்களுக்காகவும் உழைக்கும் மக்களுக்கு உதவி செய்யவே கம்யூனிஸ்ட் கட்சி இருக்கிறது" என்று நம்பிக்கை தந்தோம். "ஆதிக்க சாதிகள் மிரட்டினால் அச்சப்பட வேண்டாம்" என்றோம். "ஏற்கெனவே எனது அம்மா, அப்பாவிடம் உன் மகனை ஒழுங்கா இருக்கச் சொல் செத்துப்போகப்போறான்" என மிரட்டிச் சென்று உள்ளதையும் கூறினார்.

கடைக்காரரும் தலைவரின் சாதிக்காரர், "அவர் கடையில் இருந்து நிறுத்திவிட்டால் நான் கூலி வேலை செய்துகூட பிழைத்துக்கொள்வேன். ஆனால் இந்த வழக்கை விடக்கூடாது என்று கூறினார். மேலும் "எனது உயிருக்கு ஆபத்து ஏற்பட்டால் இந்த வழக்கை மட்டும்விட்டு விடாதீர்கள்" என்று உறுதியுடன் கூறினார்.

அதன் பிறகு ஒட்டன்சத்திரம் ஒன்றியக்குழுவில் பேசி, அம்பிளிக்கையில் ஊராட்சித் தலைவரைக் கண்டித்தும் மாவட்ட ஆட்சி தலைவரிடம் உடன் நடவடிக்கை எடுக்கக் கோரியும் கண்டன ஆர்ப்பாட்டம் நடைபெற்றது. வால்போஸ்டர், நோட்டீஸ் போடப்பட்டு அந்தப் பகுதி முழுவதும் கொடுக்கப்பட்டது.

அதன் பிறகு மாவட்ட ஆட்சித் தலைவரை பலமுறை சந்தித்து புகார் அளித்து, அவரும் வட்டாட்சியரை அனுப்பி வைத்து, உண்மைதான் எனக் கண்டறிந்தும் நடவடிக்கை எடுக்கவில்லை.

தலித் முருகேசனுடன், கே.அருள்செல்வன், கருணாகரன் ஆகியோர் பல முறை சென்றும் கடைசியில் மாவட்ட ஆட்சித் தலைவர் அவர்கள், அருளிடம் "ஆடு கொடுத்தே ஆகவேண்டுமா? என்று சிரித்தபடியே" அவங்க வெச்சுக்கலையா பயனாளிகளுக்குத்தான் கொடுத்திருக்கிறார்கள் என்று கூறிச் சிரித்தார்.

விவசாய தொழிற்சங்கம் கட்சி துணைக்குழுவும் ரோட்டுப்புதூரில் உருவாக்கப்பட்டது.

அந்தப் பகுதியில் இருந்து கட்சி வெகுவான அமைப்புகள் நடத்தும் இயக்கங்களுக்கு வந்து போயினர். அந்தப் பகுதியில், விவசாயிகள், கூலித் தொழிலாளர் மத்தியில் நமது அமைப்புக்கு ஆதரவு உருவானது.

அங்கு சில காலம் கழித்து, கட்சிக் கொடி ஏற்றப்பட்டு நிதி வசூல் உண்டியல் வசூல் செய்யும்போதும் நமக்கு இருந்த ஆதரவும், எதிர்ப்பும் பளிச்செனத் தெரிந்தது.

பின்னர், தோழர் முருகேசன் விவசாய தொழிற்சங்க ஒன்றியச் செயலாளராகவும், கட்சியின் ஒன்றியக்குழு உறுப்பினராகவும், அந்தப் பகுதியில் செயல்படுகிறார்.

அந்த பகுதியில் தலித் பிரச்சனை மட்டும் இல்லாமல், விவசாயிகள் பிரச்னைகளும் தோழர் மூலம் கட்சிக்கு வருகின்றது.

தற்பொழுது ஆதிக்க சக்திகள் முன்னைப்போல தங்களின் சாதி வன்மத்தை வெளிப்படுத்த முடிவதில்லை.

14

கொடி மரத்தை வெட்டிய கொடியவர்கள்

செங்கொடி அத்திமரத்து வலசில் பறந்துகொண்டிருந்தது ,ஆதிக்க ஜாதியினரின் கண்ணை உறுத்தியது. அதனால் வெட்டி வீழ்த்தினார்கள். தகவல் அறிந்து, அன்றைய காவல்துறை ஆய்வாளரை வீட்டில் சந்தித்து, இந்தத் தகவலைச் சொன்னதோடு, தாலுகா செயலாளர் பி.கே.கருப்புசாமி "அத்திவலசுக்குச் செல்கிறேன். கொடிமரத்தை வெட்டியவர்களின் கையை வெட்டுவேன் அல்லது நான் சாவேன்" என்று கூறிவிட்டு திரும்பினார். அதன் காரணமாக காவல் ஆய்வாளர் மொண்டி

மணியக்காரர், பஞ்சாயத்துத் தலைவர் மற்றும் சிலரை உடனடியாகக் கைது செய்து தாலுகா காவல் நிலையத்திற்கு கொண்டு வந்தனர். "கருப்புசாமி குழந்தைகளைப் போட்டு சத்தியம் செய்வதாகச் சொல்கிறார்கள். உங்களிடமும் சாட்சி இல்லை" என்று இன்ஸ்பெக்டர் பரிதாபமாகக் கூறியதோடு, அந்தப் பெரிய மனிதர்களை அழைத்து, மிகக் கடுமையாகபேசி, "கருப்புசாமி என்ன தீர்ப்பு சொல்கிறாரோ, அதற்குக் கட்டுப்பட்டு நடங்கள்" என்று எச்சரித்து அனுப்பினார். தேவஸ்தான சத்திரத்தில் வைத்து விரிவாகப் பேசி உடன்பாட்டுக்கு வந்தோம். அதற்குப்பிறகு தீண்டாமை முற்றிலும் ஒழிந்தது.

வட்டமலை புதூர் சம்பவம்

வட்டமலை புதூரைச் சேர்ந்த துரைராஜ் என்ற நிலப்பிரபு, அருந்ததிய தோழரைக் கடுமையாகத் தாக்கி விட்டார். நாம் தலையிட்டு கீரனூர் காவல் நிலையத்தில் புகார் செய்தோம். அவர் நமது அலுவலகத்திற்கு வந்தார். பி.கே.கருப்புசாமியும் சில தோழர்களும் அலுவலகத்தில் இருந்தனர்.

மிகக் கோபமாக வந்த துரைராஜ், "என்ன பெரிய தவறைக் கண்டீர்கள்? காவல் நிலையத்தில் புகார் கொடுத்திருக்கிறீர்கள். எனது தாத்தா, அவனுடைய தாத்தாவை அடித்தார். எங்க அப்பா, அவனுடைய அப்பாவை அடித்தார். நான் இவனை அடித்தேன் இது தப்பா?" என்று திமிராகப் பேசினார். நாம் அவரை மிகக் கடுமையாக மிரட்டியதோடு, அவர் மீது வழக்குப் பதிய வைத்தோம்.

கோட்டத்துறை முருகன்மீது தாக்குதல்

கோட்டத்துறையைச் சேர்ந்த நமது தோழர் முருகன் ஆதிக்க ஜாதியினர் ஒருவரது தோட்டத்து வேலியில் சிறுநீர் கழித்துவிட்டார் என்பதற்காக அவரைக் கடுமையாக அடித்து உதைத்துவிட்டனர். நாம் பழனி வட்டத் தாசில்தாருக்கும், கீரனூர் காவல் நிலையத்திற்கும் புகார் கொடுத்ததையொட்டி... தாசில்தார், போலீஸுடன் கோட்டத்துறைக்கே வந்து விசாரணை நடத்தினார். குற்றம் நிருபிக்கப்பட்டது. சம்பவ இடத்திலிலேயே குற்றவாளி கைது செய்யப்பட்டு, ஜெயிலில் அடைக்கப்பட்டார்.

அஞ்சு மாவட்டமும் அஞ்சாத போராட்டமும்

அ.தி.மு.க பேரூர் கழகச் செயலாளரரும், பேட்டைவாய்த்தலை பேரூராட்சி சேர்மனாகாவும் இருந்தவர் செல்வம். பெயருக்கு ஏற்றபடி மணல் வியாபரம் செய்து குறுகிய காலத்தில் செல்வந்தராக மாறியவர். அவருக்கு ஓர் ஆணும், ஒரு பெண்ணும் உண்டு. தனது செல்ல மகளை கரூர் அருகே உள்ள டி.எஸ்.பி. பொறியல் கல்லூரியில் படிக்க வைத்தார். அங்கேயே தங்கிப் படித்தார்.

புதுக்கோட்டையைச் சேர்ந்த மனிதநேயமும் சுவேதாவும் ஓரே வகுப்பில் ஒன்றாகப் படித்து வந்தனர். ஒருவருக்குகொருவர் படிப்பில் சளைத்தவர்கள் அல்லர். இருவரும் தங்களுக்குப் பாடத்தில் ஏற்படும் சந்தேகங்களை ஒருவருக்கொருவர் கேட்டுத் தெளிவுபடுத்திக் கொள்வார்கள். அவர்களுக்குள் நாளடைவில் ஏற்பட்ட அன்பும் அக்கறையும் பாசமும் நேசமாக மாறியது. பழகப்பழக... அவர்களுக்குள் ஓர் ஈர்ப்பு உண்டாகி, காதலாகிக் கனிந்தது. இறுதி ஆண்டில் பதிவுத் திருமணம் 2017 நவம்பர் 7-ல் மதுரையில் செய்துகொண்டு ரகசியம் காத்து வந்தனர். கல்லூரிப் படிப்பு முடிக்கும் தறுவாயில்தான் அடுத்து என்ன செய்வது என்ற கேள்வியும், குழப்பமும் அவர்கள் முன் எழுந்தன.

விடுதலை சிறுத்தைகள் கட்சியைச் சேர்ந்த ஒரு நண்பர், "நீங்கள் கம்யூனிஸ்ட்களைப் பாருங்கள்" என்றார். அதனால் புதுக்கோட்டை மாவட்ட மார்க்சிஸ்ட் கம்யூனிஸ்ட் கட்சியின் செயலாளர் தோழர் எஸ்.கவிவர்மனை அவர்கள் சந்தித்தனர். கட்சியை நாடி வந்த தம்பதிகளுக்கு அடைக்கலம் கொடுத்தார்.

கல்லூரி முடிந்து விடுமுறை விட்டபிறகும், மகள் வீடு வந்து சேராததால் பெத்த மனசு பதைபதைத்தது. கவலையிலும், கண்ணீரிலும் தாயார் மீளாத்துயரில் ஆழ்ந்தார். "தன் உடன் பயின்ற தோழிகள் வீட்டிற்கு எங்கேயாவது போய் இருப்பாள்" என்று மனைவியை அவரது அப்பா ஆறுதல் படுத்தினாலும் கவலையோடு பெண்ணை தேடும் முயற்சியில் பலருடன் தொடர்பு கொண்டு வந்தனர். உறவினர்களின் வீடுகளிலும் "உங்கள் பெண் இங்கு வரவில்லை" என்று உதட்டைப் பிதுக்கவே, சட்டபூர்வமான வழியைத் தேடினார்கள்.

அ.தி.மு.கவின் ஒன்றிய சேர்மனுடன் திருச்சி மாவட்டக் காவல் கண்காணிப்பாளர் அவர்களை சந்தித்து புகார் கொடுத்து விரைந்து

கண்டுபிடிக்குமாறு வற்புறுத்தினார்கள். இதைக் கேள்விப்பட்ட கவிவர்மன், தம்பதி இருவரும் தங்கள் வசம் இருப்பதாக தகவல் தருகிறார். காவல் கண்காணிப்பாளர் அவர்களை திருச்சிக்கு அழைத்துவருமாறு கூறியதால் எஸ்.பி. ஆபஸ் செல்கின்றனர். செல்வத்தின் அடியாட்கள் மிரட்டலிலும், தாக்குதலிலும் ஈடுபட்டனர். எஸ்.பி.யிடம் இதை முறையிட்டபோதிலும் ஆளும் கட்சியைச் சேர்ந்தவர் என்பதால் கண்டுகொள்ளவில்லை. எஸ்.பி.- சுவேதாவை விசாரித்தபோது, "பெற்றோருடன் செல்ல முடியாது. எனக்கு மனிதநேயத்துடன் திருமணம் ஆகிவிட்டது" என்று உறுதியாக கூறிச் சென்றுவிட்டார்கள்.

சுவேதாவின் தந்தை உயர் நீதிமன்றத்தில் ஆட்கொணர்வு மனு தாக்கல் செய்கிறார். அங்கேயும் இதே பதிலைக் கூறிவிட்டு புதுக்கோட்டை மாவட்டத் தோழர்களுடன் திரும்பும்போது பாதுகாப்புக்காக மாணவர், மாதர் சங்கத் தோழர்களும் பயணிக்கின்றனர். மேலூர் அருகே அவர்கள் சென்ற வாகனத்தை மறித்து, செல்வம் அனுப்பிய ரவுடிகள் சுவேதாவை கரூர் அருகே உள்ள தாந்தோன்றிமலைக்கு கடத்திச் சென்றார்கள்.

மதுரை மாவட்ட எல்லைக்குள் கடத்தியதால் மதுரை மாவட்டச் செயலாளரிடம் தகவல் போகவே, அங்கே இயக்கப் பணிக்கு வந்திருந்த கட்சியின் மத்தியக் குழு உறுப்பினர் தோழர் உ.வாசுகி காதுக்குப் போக - அவர் கட்சியின் மாநிலச் செயலாளர் தோழர் ஜி.ராமகிருஷ்ணனிடம் கூறியிருக்கிறார். அவர் தமிழக காவல்துறை ஆணையரை சந்தித்து புகார் மனு கொடுத்தார். அன்றைய தினம் உடுமலைப்பேட்டை சங்கர் படுகொலை செய்யப்பட்ட வழக்கில் தீர்ப்பு வந்திருந்த நிலையில் இந்தப் பிரச்சனையை காவல்துறை சவாலாக எடுத்துக்கொண்டு களம் இறங்கியது.

புதுக்கோட்டை, திருச்சி, கரூர், திண்டுக்கல், மதுரை என 5 மாவட்டங்களிலும் காவல்துறை தேடியது. செல் டவர் மூலம் தாந்தோன்றிமலையில் கடத்தப்பட்டு சுவேதா இருப்பதாக தகவல் அறிந்து காவல்துறை அந்த வீட்டை முற்றுகை இட்டது. செல்வம் உறவினர்கள்தான் கடத்தினார்கள் என்ற விவரமும் கிடைத்தது. 11 பேர் கைது செய்யப்பட்டனர். எஸ்.சி.எஸ்.டி., வன்கொடுமை தடுப்புச் சட்டம், ஆள் கடத்தல் மற்றும் பல்வேறு பிரிவுகளில் வழக்குப் பதிவு செய்து அவர்கள் மதுரை சிறையில் அடைக்கப்பட்டனர்.

எனக்கு ஓட்டுப் போடாத உனக்குத் தண்ணீர் தரமாட்டேன்

பழனி வட்டம், தொப்பம்பட்டி ஒன்றியம், தாளையம் ஊராட்சி மாரப்பகவுண்டன் வலசில் குடியிருக்கும் தலித் அருந்ததியர் வீரமணி மனைவி தங்கமணி தனது வீட்டில் இருந்தபோது, ஊராட்சி செயலாளர் வந்து வீட்டின் முன்னால் இருந்த குடிநீர்க் குழாயை மண்ணைப்போட்டு மூடினார். "ஏன் இப்படிச் செய்கிறீர்கள்?" என தங்கமணி கேட்டதற்கு "சக்கிலிய நாய்களிடம் நான் பதில் சொல்லத் தேவையில்லை. நான் ஆளுங்கட்சியைச் சேர்ந்தவன். நாங்கள் என்ன வேண்டுமானாலும் செய்வோம். உனக்குத் தண்ணீர் விடமாட்டோம் காலனியிலிருந்து காலி செய்திடுவோம்" என மிரட்டினார். "எதுவாக இருந்தாலும் எனது வீட்டுக்காரரிடம் பேசுங்கள்" என்ற தங்கமணியிடம், "அவன் என்ன பெரிய இவனா- அவனை இல்லாமல் செய்திருவோம்" என மிரட்டினார்.

சாமிநாதபுரம் காவல் ஆய்வாளரிடம் புகார் மனு அளித்தபோது புகாரை விசாரித்துவிட்டு ஊராட்சி செயலாளர், "அவ்வாறு பேசவில்லை" என்றார். 30.01.2020 அன்று கே.அருள்செல்வன், எம்.ஆர்.முத்துசாமி, குருசாமி ஆகியோர் புகார் மனு கொடுத்தனர். ஆனால் டி.எஸ்.பி., எங்குமே தீண்டாமை இல்லை என்று ஆரம்பித்து மனுதாரரையும் மிரட்ட ஆரம்பித்தார். அருந்ததியர் பெண்மணி ஆதிக்க சமூகத்தார்மீது ஆதாரமற்ற குற்றச்சாட்டைக்

அருந்ததிய பெண்ணை இழிவுபடுத்திய தாழையூத்து ஊராட்சி கிளார்க் மீது புகார்

கூறுவதற்கு தைரியம் வராது என்பதை உறுதியாக வாதாடிக் கூறியதற்குப் பிறகு மனுவைப் பெற்றுக்கொண்டார். விசாரித்து முடிவுசெய்வதாகக் கூறினார். 31.01.2020-ம் தேதி சம்பவம் நடந்த இடத்திற்கு சென்றுவந்தார். மேற்படி எதிரிக்கு வேண்டியவரிடம் விசாரித்து விட்டு வந்துவிட்டார். ஊராட்சி செயலாளர் வீரமணிமீது கொடுத்த பொய்ப் புகாரை விசாரித்து உன்னைக் கைது செய்வேன் என மிரட்டியுள்ளார்.

ஊராட்சித் தலைவர் தேர்தலில், தான் விரும்பிய நபருக்கு வாக்களித்து தனது ஜனநாயகக் கடமையை செய்துள்ளார்கள். இதனால் கோபமடைந்த ஊராட்சி செயலாளர் சாதிய வன்மத்தைக் காட்டியுள்ளார். தொடர்ந்து மாவட்டக் காவல் துறைக் கண்காணிப்பாளரைச் சந்தித்து புகார் கொடுத்து, நடவடிக்கை எடுக்க வற்புறுத்தினோம். அவரும் எஸ்.பி.யை நியமித்து விசாரணைக்கு உத்தரவிட்டார். அதிலும் சரியான பதில் இல்லை. எஸ்சி, எஸ்டி ஆணையருக்கு நமது அமைப்பின் சார்பில் மனு அளிக்கப்பட்டது.

17

தலைமறைவான போக்சோ குற்றவாளி கைது தீண்டாமை ஒழிப்பு முன்னணிப் போராட்டத்தின் எதிரொலி

கொடைக்கானல் வட்டம் வடகவுஞ்சி ஊராட்சி பட்டியகாடு கிராமத்தில் பளியர் இனச்சிறுமியை பாலியல் வன்கொடுமை செய்த பிறை சொக்கர் பாலாஜி மீது போக்சோ, எஸ்.சி., எஸ்.டி. வன்கொடுமை தடுப்புச் சட்டத்தின் கீழும் வழக்குப் பதிவு செய்யப்பட்டது. ஆனால் அவரை போலீசார் கைது செய்யவில்லை. கடந்த இரண்டு மாதங்களாக தலைமறைவாக இருந்தார்.

தீண்டாமை ஒழிப்பு முன்னணியின் தலைவர்கள் எம்.ஆர். முத்துசாமி, டி.முத்துசாமி, அருள்செல்வன், குருசாமி, வனஜா, சிபிஎம் தலைவர்கள் கமலக்கணன், செந்தாமரை ஆகியோர் பாதிக்கப்பட்ட சிறுமியின் பெற்றோரையும் பளியர் இன மக்களையும் சந்தித்து ஆறுதல் கூறினர். பிறை சொக்கர் பாலாஜியை

கைது செய்ய 10ம் தேதி கொடைக்கானல் டி.எஸ்.பி. அலுவலகம் முன்பாக தீண்டாமை ஒழிப்பு முன்னணியின் சார்பாக ஆர்ப்பாட்டம் நடத்த திட்டமிடப்பட்டது. விளம்பரமும் செய்யப்பட்டது.

இதனையடுத்து பிறை சொக்கர் பாலாஜியை போலீசார் உடனடியாக கைது செய்துள்ளனர்.

18

தட்டாரப்பட்டி தலித் ஊராட்சித் தலைவரை தனிமைப்படுத்தாதே!

ஊராட்சித் தலைவர் சத்தீஸ்வரியை தரையில் அமர வைத்து கூட்டம் நடத்தப்பட்டதாகக் கேள்விப்பட்டோம். அவரை நேரில் சந்திக்கச் சென்றோம். எங்களைப் பார்த்ததும் சத்தீஸ்வரி கதறி விட்டார். "என்னை எதுவும் கேட்பதில்லை. கூட்டம் நடத்துவது, என்ன வேலைக்கு எவ்வளவு நிதி ஒதுக்கீடு சகலமும் துணைத் தலைவரை வைத்து செய்கிறார்கள். என்னை கையெழுத்துப்போடும் எந்திரமாக மட்டும் பயன்படுத்துகிறார்கள்" என்றார். அதை எழுத்துப்பூர்வமாக அவரிடம் எழுதி வாங்கிக்கொண்டு, வேடசந்தூர் வட்டார வளர்ச்சி அலுவலகம் முன்பு 16.09.2020ன் கண்டன ஆர்ப்பாட்டம் நடத்த திட்டமிட்டு துண்டு பிரசுரம், சுவரொட்டி வெளியிட்டோம். மாவட்டத் தலைவர் டி.முத்துசாமி, மாவட்ட செயலாளர் எம்.ஆ.முத்துசாமி, சி.பி.எம்., வேடசந்தூர் ஒன்றியச் செயலாளர் எம்.முனியப்பன் ஆகியோர் அதற்காக நமது அணிகளைத் திரட்டும் முயற்சியில் ஈடுபட்டிருந்தோம். பொம்மலாட்டம் நடத்திக்கொண்டிருந்த ஆளும் கட்சி, சத்தீஸ்வரியைப் போகவிடாமல் தடுத்துவிட்டது.

வாணிக்கரை ஊராட்சி துணைத் தலைவர்
தரையில் அமர்த்தப்பட்ட செயல்

குஜிலியம்பாறை தாலுகா, வாணிக்கரை ஊராட்சி துணைத்தலைவர் பெருமாயி மற்றும் மூன்று வார்டு உறுப்பினர்கள் உட்பட 4 பேரையும் ஊராட்சித் தலைவர் டேபி, அவரது கணவர் பரமசிவம் ஆகியோரை தரையில் அமர வைத்து கூட்டம் நடத்துவது, சாதியைச் சொல்லி வசைபாடுவது, துணைத்தலைவர் கையெழுத்தை இவர்களே போட்டு, அரசு சலுகைகளை

தட்டிப்பறிப்பது போன்ற செயலில் ஈடுபட்டார். நமது அமைப்பு நேரில் தலையிட்டதால், தீண்டாமை தடுத்து நிறுத்தப்பட்டது.

சிவகிரிப்பட்டி ஊராட்சித் தலைவர் புறக்கணிப்பு

25.10.2021-ம் தேதி 'தினத்தந்தி', 'தினமலர்' ஆயுத பூஜை விளம்பரத்தில் சிவகிரிப்பட்டி ஊராட்சித் தலைவர், சுப்புலட்சுமி பெயரை தலித் என்பதால், புறக்கணிப்பு செய்தனர். இதன்மீது நடவடிக்கை எடுக்கக்கோரி மாவட்ட ஆட்சித் தலைவர் அவர்களிடம் புகார் மனு கொடுத்துப் பேசினோம். மாவட்ட ஆட்சியரும் இத்தகைய சம்பவங்கள் நடைபெறாமல் உறுதியான நடவடிக்கை எடுக்கப்படுமென உறுதியளித்தார்.

19

பெரியார் நகர்ப் பெண்ணுக்கு சாதிய அநீதி!

திண்டுக்கல் பெரியார் நகரைச் சேர்ந்த அருந்ததியர் பெண்ணை, வடமதுரை மு.இராமநாதபுரம் ரவிக்குமார் மில்லில் வேலை செய்தபோது, திருமணம் செய்துக் கொள்வதாகக் கூறி ஏமாற்றி கருவுறச் செய்தார். அருந்ததியர் பெண் என்பதால் திருமணம் செய்ய மறுத்து விட்டார். பிறகு, கொலை மிரட்டல் விடுத்தார், பாதிக்கப்பட்ட பெண் மூலம் எஸ்.பி., டி.எஸ்.பி.க்கு புகார் மனு செய்து, வழக்குப் பதிய வைத்தோம். நீதிமன்றம் மூலம் நிவாரண நிதி பெற்றுத்தந்தோம். வழக்கு தொடர்ந்து நடைபெற்று வருகிறது.

20

**அவனவன் கால்மேல் கால் போட்டால் உனக்கென்ன
வலிக்குதா?**

பரமக்குடியில் தலித் இளைஞர்கள் இருவர், ஊர் மந்தையில் உட்கார்ந்து நியாயம் பேசுகிறார்கள். கூட்டம் சுருக்கமாக முடிந்தது. பெரியவர்கள் கலைந்து வீடு தேடிச் சென்றனர். விருப்பத்துடன் இளைஞர்கள் விவாதம் செய்துகொண்டிருந்தனர். அப்போது வன்மத்துடன் வந்தவர்கள், இளைஞர்கள் இருவரையும் வெட்டிப் படுகொலை செய்தனர். இதேபோல அரக்கோணத்திலும் வன்மத்துடன் தீயவர் கூட்டம் படுகொலை செய்து, பழியைத்

தீர்த்துக் கொண்டனர். அமைப்பின் மூலம் கண்டன ஆர்ப்பாட்டம் ஒட்டன்சத்திரம், பழனி, வேடசந்தூர், குஜிலியம்பாறையில் சிறப்பாக நடந்தது. உன்மேல் அடுத்தவன் கால்பட்டால் குற்றம்தான். அவனவன் கால்மேல் கால்போட்டாலும் குற்றம்தானா? என்ன கொடுமையடா இது?

21

புத்தூர் காலனி குடிமக்களுக்கு குடிநீர்!

வடமதுரை ஒன்றியம், புத்தூர் ஊராட்சி, புத்தூர் காலனி தெருவுக்கு குடிநீர் வழங்க மறுத்து ஊராட்சி அராஜகம் செய்தது. மாவட்டத் தலைவர் டி.முத்துசாமி, மாவட்டச் செயலாளர் எம்.

ஆர். முத்துசாமி இருவரும் புத்தூர் சென்று ஊர்க்கூட்டத்தை நடத்தி ஆய்வு செய்யப்பட்டது.

நமது அமைப்பு சார்பில் மக்களிடம் கையெழுத்து வாங்கி அதிகாரிகளிடம் கொடுத்துப் பேசினோம். ஆர்ப்பாட்டம் நடத்தத் திட்டமிட்டு விளம்பரமும் செய்தோம். நாம் அதிகாரிகளுடன் பேசிய பின்னர் காலனிக்கு இரண்டு குடிநீர் இணைப்புகளை வழங்கினார்கள். ஆதிக்க சமூகத்தைச் சேர்ந்தவர்கள் தண்ணீர் பிடித்து முடிக்கும் வரை காத்திருந்து, அவர்கள் விடும்போதுதான் தண்ணீர் பிடிக்க முடியும் என்று அவல நிலைமைக்கு முடிவு கட்டப்பட்டது.

<h2 style="text-align:center">22</h2>

உழைப்பாளிக்கு சாதியில்லை, மதமுமில்லை

இந்தியா முழுவதும் சாதி, மத பேதமின்றி விவசாய கூலித் தொழிலாளிகளாக இதுநாள் வரை, 100 நாள் வேலை செய்து கொண்டிருந்தவர்களை, சாதிவாரியாக பட்டியல் எடுக்கச்சொல்லி மத்திய அரசு வழிகாட்டியிருப்பதைக் கண்டித்து மாவட்ட ஆட்சியர் அலுவலகம் முன்பு 21.06.2021-ம் தேதி கண்டன ஆர்ப்பாட்டம் அ.இ.வி.தொ.சங்கமும், தீண்டாமை ஒழிப்பு முன்னணியும் இணைந்து நடத்தினர். மாவட்டம் முழுவதும் ஆயிரத்திற்கும் மேற்பட்ட விவசாயத் தொழிலாளர்கள் சாதியில்லை, மதமில்லை எங்களுக்கு சாதியை சொல்லி, மதத்தைச் சொல்லி கூலித் தொழிலாளிகளை கூறுபோடாதே என்ற எழுச்சிமிகு கோஷத்தால் கலெக்டர் ஆபீஸ் கட்டிடம் அதிர்ந்தது. அமைப்பின் மாநிலத் தலைவர்கள் ஏ.லாசர் எக்ஸ் எம்.எல்.ஏ., டி.செல்லக்கண்ணுவின் உரை வந்தவர்களை தட்டி எழுப்பியது.

"செங்கொடி இயக்கத்தின் ஆதரவுடன் அமைந்த மன்மோகன்சிங் அரசாங்கத்தில் இடதுசாரிகள் அமைச்சர் பதவி வேண்டாம், விவசாயத் தொழிலாளிகளுக்கு வருடத்திற்கு 100 நாள் வேலை கொடுத்து கோடிக் கணக்கான மக்களை வாழவையுங்கள், எங்கள் 63 பேர் ஆதரவைத் தருகிறோம்" என்று மார்தட்டிய வரலாறு பெருமைக்குரியது.

மோடி ஆட்சிக்கு வந்த எட்டு ஆண்டுகளில் மகாத்மா தேசிய கிராமப்புற வேலை உறுதி அளிப்புத் திட்டத்தை சீரழித்தார். ஆண்டுதோறும் வெளியிடப்பட்ட பட்ஜெட்டில் இத்திட்டத்திற்கான

நிதியை குறைத்துக்கொண்டே வந்தார். இதனால் மாநிலங்களை ஆளும் கட்சிகள் வேலை நாளைக் குறைத்தனர். கிராமப்புற ஊராட்சி நிர்வாகங்கள் தங்கள் இஷ்டத்திற்கு கூலியைக் குறைத்தனர். தங்கள் விருப்பத்திற்கு தொழிலாளிகள் எண்ணிக்கையைக் குறைத்தனர். இந்த லட்சணத்தில்தான் வேலை முறைகளிலும் சாதிய பாரபட்சத்தைக் காட்ட துணிந்து விட்டார்கள். லட்சியமாக ஒன்றுபட்டவர்களை சாதியாகப் பிரிக்க விடமாட்டோம் என்ற உழைப்பாளியின் கரங்கள் மோடி ஆட்சியாளர்களை பதம் பார்த்தது. பிரித்தாளும் தந்திரம் வீழ்ந்தது.

<h1 align="center">23</h1>

<h2 align="center">இலவச டி.வி. திட்டத்திலும் வஞ்சம்</h2>

தொப்பம்பட்டி ஒன்றியம், தாளையம் ஊராட்சித் தலைவராக வெங்கிடுசாமி இருந்தார். 2006-ல் கலைஞர் ஆட்சி நடைபெற்றுக்கொண்டு இருந்தது. இலவச கலர் டி.வி. அனைத்து குடும்பங்களுக்கும் வழங்க அரசு முடிவு செய்தது. டி.வி. பெட்டிகள் ஊராட்சி வாரியாக வந்து இறங்கிக்கொண்டு இருந்தன. தாளையத்திற்கும் ஒரு நாள் வந்துசேர்ந்தது.

அன்று ஊரே கூடி திருவிழாபோல காட்சி அளித்தது. ஆணும், பெண்ணும் அலைமோதிக்கொண்டு இருந்தனர். அப்போது ஊராட்சித் தலைவரின் அறிவிப்பு தலித் மக்கள் தலையில் இடியாக இறங்கியது. எஸ்.சி.க்களுக்கு டி.வி. இல்லை, ஏன் என்ற கேள்வியுடன் தாளையம் முக்கிய சாலைக்கு அம்மக்கள் அணிவகுத்தார்கள். அன்று கமிட்டியின் செயலாளராக அருள்செல்வன் பொறுப்பாளர் எம்.ஆர்.முத்துசாமி, இடைக்குழூத் தோழர் ராமசாமி இயக்கப்பணியில் இருந்தனர். கமிட்டி உறுப்பினர் தோழர் கே.சொக்கலிங்கம் உடனே தாளையம் கிளம்பி வருமாறு கூறினார்.

நாங்கள் அங்கே சென்ற உடன் மக்கள் எங்களை சூழ்ந்துகொண்டு, "இந்த அநியாயத்தைப் பார்த்தீர்களா" என்று கொதிப்புடன் கேட்டனர். நாங்கள் உடனடியாக ஊராட்சித் தலைவரை சந்தித்தோம். அவர் கூறிய பதில் திருப்தியாக இல்லாததால் நாங்கள் கலந்து பேசிக்கொண்டு ஊராட்சி அலுவலகத்தை முற்றுகை இட்டோம். காலை 11 மணிக்கு ஆரம்பித்த போராட்டம் இரவு

வரை நீடித்தது. எனவே சாலையை மறியல் செய்வெதன்று முடிவு செய்து இரவு 7 மணிக்கு சாலையில் அமர்ந்தோம்.

பழனி வட்டாட்சியரும், பழனி காவல் துணைக் கண்காணிப்பாளரும் உடனடியாக முன்வந்து மக்களை சந்தித்து எங்களிடம் பேச்சு வார்த்தைக்கு வந்தனர். ஊராட்சித் தலைவரும் அவர்களுக்கு வேண்டியவர்களுடன் கலந்து பேசி அனைவருக்கும் டி.வி. கிடைக்க உத்தரவாதப்படுத்தினார். மக்களை வரிசைப்படுத்தி இரவில் டோக்கன் கொடுத்து, காலையில் டி.வி. தருவதாக முடிவு செய்யப்பட்டது. இதேபோல் மறுநாள் காலை ஒடுக்கப்பட்ட அருந்ததியர் மக்களுக்கு டி.வி. வழங்கப்பட்டது. மட்டற்ற மகிழ்ச்சியுடன் மக்கள் டி.வி-யுடன் வீடு திரும்பினார்கள்.

<h1 style="text-align:center">24</h1>

அருந்ததியர் பெண் அன்னம்மாள் படுகொலை

பழனி வட்டம், பெத்தன்நாயக்கன்பட்டியில் தூய்மைக் காவலர் அருந்ததியர் பெண் அன்னம்மாள் என்பவர் தூய்மைப் பணி செய்து கொண்டே ஓய்வு நேரத்தில், பழைய பொருள்களை சேகரித்து விற்று தனது தேவைக்குப் பயன்படுத்திக்கொண்டு வருபவர். கடந்த 19.06.2022-ல் பழைய பொருள்களை சேகரிக்கச் சென்றவர் வீடு திரும்பவில்லை. தொடர்ந்து அவரை பல இடங்களில் தேடியும் அவர் கிடைக்கவில்லை. இறுதியாக அடுத்த நாள் தேடிப்பார்க்கும் போது பழனி மில்கேட் அருகே அவர் படுகொலை செய்யப்பட்டு பிணமாக கிடந்தார். பிறகு, பழனி அரசு மருத்துவமனைக்கு உடற்கூறு ஆய்வுக்கு அவரை எடுத்துச் சென்றனர்.

இப்படுகொலையைக் கண்டித்து ஜூன் 30-ம் தேதி இந்திய தொழிற்சங்க மையம் சார்பாக தோழர் ஈஸ்வரன் தலைமையில் கண்டன ஆர்ப்பாட்டம் நடைபெற்றது. இதில் தூய்மைத் தொழிலில் ஈடுபட்டு இருக்கும் 100-க்கும் மேற்பட்ட அருந்ததியர் மக்கள் ஆவேசத்துடன் கலந்துகொண்டனர். இந்த சம்பவத்தைக் கேள்விப்பட்டு கடந்த ஜூலை 5-ம் தேதி கள ஆய்வுக்காக தீண்டாமை ஒழிப்பு முன்னணி அமைப்பு சார்பாக மாவட்ட நிர்வாகிகள், தோழர்கள், எம்.ஆர்.முத்துசாமி,

கே.டி. கலைச் செல்வன், அருள்செல்வன், பேராசிரியர் மோகனா, எம்.குருசாமி ஆகியோர்கள் நடந்த படுகொலை சம்பவத்தைப்பற்றி பாதிக்கப்பட்ட குடும்பத்தினரைப் பார்த்து ஆறுதல் கூறி விவரங்களை கேட்டு அறிந்தனர். தூய்மைக் காவலர் அன்னம்மாள் பாலியல் வன்கொடுமைக்கு உள்ளாக்கப்பட்டு படுகொலை செய்யப்பட்டுள்ளார்.

காவல்துறை சம்பவம் நடந்து 15 தினங்களாக குற்றவாளிகளைக் கண்டுபிடிக்கவில்லை என்பதை அறிந்து தமிழ்நாடு தீண்டாமை ஒழிப்பு முன்னணி மாவட்ட நிர்வாகிகள் கலந்து பேசி ஜூலை 6-ம் தேதி மாவட்டக் காவல்துறை அதிகாரிகளை சந்திக்க முடிவு செய்யப்பட்டது. அடுத்து வந்த பணிகளின் காரணமாக ஜூலை 10-ம் தேதி சந்திக்க முயற்சிக்கிறபோது கொலைக் குற்றவாளிகள் கைது செய்யப்பட்டு சிறையில் அடைக்கப்பட்ட செய்தி கிடைத்தது.

<h2 style="text-align:center">25</h2>

<h1 style="text-align:center">கொரோனா நிவாரணம்</h1>

09.05.2020-ல் வேடசந்தூர் வட்டம், ஸ்ரீராமபுரம் ஊராட்சியில் 24 ஆதிதிராவிடர் குடும்பங்களும், 78 அருந்ததியர் இனக் குடும்பங்களும் வசித்து வருகிறார்கள். நமது இயக்கத்திற்கு நெருக்கமான குடும்பங்களைச் சேர்ந்தவர்கள் வறுமையில் பாதிக்கப்பட்டு இருந்தார்கள்.

பள்ளி, கல்லூரி ஆசிரியர்களிடம் உதவிகளைப்பெற்று 5 கிலோ பொன்னி அரிசி, 2 கிலோ மளிகை, 5 கிலோ காய்கறிகள் ஆக 400 மதிப்புள்ள பொருள்கள் 102 குடும்பங்களுக்கு நமது அமைப்பின் மூலம் வழங்கிவந்தோம். தோழர்கள் எம்.ஆர்.முத்துசாமி, டி.முத்துசாமி, எம்.முனியப்பன் ஆகியோர் கலந்து கொண்டோம்.

ஆர்சனிக் ஆல்பம், ஹோமியோபதி மாத்திரை மாவட்டம் முழுவதும் 1,000 பேருக்கு வழங்கப்பட்டது.

26

உயிரோடு தீ வைத்துக் கொல்லப்பட்ட தப்பாட்டக் கலைஞர்

ரெட்டியார்சத்திரம் ஒன்றியம், சில்வார் பட்டியில் கணேசன் டு வீலரில் 12.03.2022இல் மாலை நேரம் தனது ஊருக்கு அருகிலேயே தீ வைத்துக் கொளுத்தப்பட்ட சம்பவம் அப்பகுதியில் பெரும் பரபரப்பையும் அதிர்ச்சியையும் உண்டாக்கியது. முதலில் பெருநெருப்பை மட்டுமே மக்கள் பார்த்துள்ளனர். பிறகுதான் யார் என்ற விவரம் தெரியவந்தது.

திண்டுக்கல் அரசு மருத்துவமனையில் பிரேதம் அனுமதிக்கப்பட்டது. உடற்கூராய்வு செய்து விவரங்கள் வெளி

வந்துள்ளன. இதில் பாதிக்கப்பட்டது கணேசனது இரண்டு குழந்தைகள். ஆணும், பெண்ணும் துவக்கக் கல்வி பயிலுகின்றனர். கணேசன் தப்பாட்டக்கலையில் கெட்டிக்காரர். வசீகரமும் வனப்புமிக்க வாலிபராகவும் அந்த வட்டாரத்தில் வலம் வந்தவர். அவருடைய மனைவி தனலட்சுமி ஊட்டச்சத்தில் பணிபுரிகிறார். கணேசன் உதிரிநகையை அடகு வைப்பதும், சரக்கடிப்பதும்தான் அவருடைய நிகழ்வுகளாகும். அத்துடன் பெண் சகவாசம் உண்டு. அடகு நகைகளை மனைவி திருப்புவதும் தொடர்கதைதான்.

சம்பவம் நடந்து ஒரு வாரத்திற்குப் பிறகு திண்டுக்கல் முன்னாள் சட்டமன்ற உறுப்பினர் கே.பாலபாரதி அவர்கள் தகவல்கூறி, கள ஆய்வு செய்திடச் சொன்னார். தீண்டாமை ஒழிப்பு முன்னணி சார்பாக தோழர்கள் ஆர்.வனஜா, இலமு ஆகியோர் ஆய்வு செய்து அறிக்கை தந்தனர். பெண் தொடர்பில் ஏற்பட்ட தகராறு என்பதால் நமக்கு மத்தியிலும் தயக்கம். சம்பந்தப்பட்ட தனலட்சுமி, மாவட்ட மாநாடு 26.06.2022-ந் தேதி திண்டுக்கல் விபிசி நினைவகத்தில் நடந்த போது கலந்துகொண்டு முறையீட்டு, நியாயம் கேட்டது, அங்கு வந்திருந்த பிரதிநிதிகளின் கவனத்தை ஈர்த்தது. அதே பெண் காவல்துறையை அணுகியபோது, தான் விரட்டியடிக்கப்பட்டதாகக் கூறினார்.

மாவட்டக் காவல் கண்காணிப்பாளாரைப் பார்க்க மாவட்ட அமைப்பின தலைவர், செயலாளர், பொருளாளர் ஆகிய மூவரும் சென்றோம். கூடுதல் காவல் கண்காணிப்பாளர் டி.வெள்ளைச்சாமியிடம் பேசினோம். "இன்னும் இதுவரை எவ்வித நடவடிக்கையும் இல்லை" என்று நமது கவலையையும், வருத்தத்தையும் பகிர்ந்துக் கொண்டோம். ஏற்கெனவே கடுமையான முயற்சியில் ஈடுபட்டிருப்பதாகக் கூறினார். கந்துவட்டிப் பிரச்சனையில் தங்கள் முயற்சியால் தனிப்படை அமைக்கப்பட்டதை நினைவு கூர்ந்தோம். உடனே டி.எஸ்.பி. தலைமையில் இரண்டு ஆய்வாளர், இரண்டு துணை ஆய்வாளர் கொண்ட குழுவை அமைப்பதாக அறிவித்தார். "நிவாரணத் தொகை ரூ.2 இலட்சம் கிடைக்கும். டி.எஸ்.பியை பாருங்கள்" என்றார்.

இறப்புச் சான்றிதழ், வாரிசு சான்றிதழ், ஆதார் கார்டு, குடும்ப அட்டை, வாக்காளர் அட்டை உட்பட அனைத்தையும் காவல் நிலையத்தில் பத்திரமாக ஒப்புவித்தோம். ஒரு வாரம் கழித்து மீண்டும் டி.எஸ்.பி.யை சந்தித்து மனு அனுப்பப்பட்டதை உறுதி செய்து கொண்டோம். எஸ்.சி., எஸ்.டி ஆணையருக்கும் அனுப்பி, அதில் உடனே நடவடிக்கை எடுக்கக் கோரினோம்.

100 சுவரொட்டிகள் வெளியிட்டு திண்டுக்கல் நகர், ரெட்டியார்சத்திரம் ஒன்றியத்தில் விளம்பரம் செய்தது, காவல்துறை நடவடிக்கையை துரிதப்படுத்த உதவியது. கணேசன் மனைவி தனலட்சுமியை மாவட்ட நிர்வாகிகள் சந்தித்து நிவாரணத் தொகை ரூ.2 லட்சம் பெற்றுத் தருவதை உறுதிப்படுத்தினோம்.

பட்டியல் சாதியினரா, பிற்பட்ட வகுப்பினரா என்பதல்ல பிரச்சனை? ஒரு மனிதனை உயிரோடு கொளுத்துவது எத்தகைய தவறுகளுக்கும் இது தீர்வாகாது. இது அப்பட்டமான மனித உரிமை மீறலாகும்.

27
காந்தி ஊரில் நந்தனார் மக்கள்

வேடசந்தூர் ஒன்றியம், ஸ்ரீராமபுரம் ஊராட்சி, மேல்மாத்தினிப்பட்டி தொகுதி எம்.எல்.ஏ., எஸ்.காந்திராஜனின் சொந்த ஊராகும். அவர் 1991-ல் இத்தொகுதியில் வெற்றி பெற்று துணை சபாநாயகரானார். அவரது தந்தை மிராசுதார்-காங்கிரஸ் பிரமுகர், வேடசந்தூர் ஒன்றிய சேர்மனாக இருந்தார். காந்திஜி நினைவாக தன் மகனுக்கு இப்பெயரைச் சூட்டினார்.

இவர்களுடைய பூர்வீக இடத்திலுள்ள நிலத்தை தலித் பறையர் (நந்தனார்) மக்களுக்கு வழங்கினார். அவ்விடத்தில்தான் வீடுகட்டி பத்து குடும்பங்கள் குடியிருக்கின்றன. வேடசந்தூரில் புரட்சியாளர் டாக்டர் அம்பேத்கர் சிலை நிறுவியவர்களில் ஒருவரான மறைந்த தலித் சிவாவுக்கும், இதே காலனிதான். அவரது சகோதரர் தமிழ் அமுதன் வேடசந்தூர் தொகுதி செயலாளராக இருந்தவர். இக்காலனி மக்களின் ஆலயம் சம்பந்தமான பிரச்சனையை அமுதன் கூறி உதவுமாறு எம்.ஆ.முத்துசாமியை தொடர்புகொண்டார்.

மார்க்சிஸ்ட் கம்யூனிஸ்ட் கட்சி மாவட்டக்குழு உறுப்பினர் ஜி.கிருஷ்ணமூர்த்தி, மாவட்டச் செயற்குழு உறுப்பினர் டி. முத்துசாமி, தீண்டாமை ஒழிப்பு முன்னணி மாவட்ட செயலாளர் கே.டி.சுலைச்செல்வன், மாவட்டத் தலைவர், எம்.ஆர்.முத்துசாமி ஆகியோர் நந்தனார் காலனி சென்று, மக்களை சந்தித்தனர். ஊருக்குள் உள்ள கோவிலில் பிற்பட்ட மக்கள் பகுதியினர் வழிபட்டு வருகின்றனர். நந்தனார் மக்கள், வேடசந்தூர்

முக்கிய சாலையில் இருந்து, மாத்தினிப்பட்டிக்குச் செல்லும் வழியில் அரசு தரிசு புறம்போக்கு நிலம் இரண்டு ஏக்கருக்கு மேலே உள்ளது. அந்த இடத்தில் சாமிசிலை வைத்து கடந்த 30 ஆண்டுகளாக வழிபட்டு வருகின்றனர். தற்போது அங்கே துணை மின் நிலையம் அமைக்க, அரசு முடிவு செய்திருப்பதாகத் தெரிகிறது. அதிகாரிகள் அவ்வேலையில் விரைந்து நடவடிக்கை எடுப்பதாக மக்கள் கவலை தெரிவித்தனர்.

06.09.2022-ம் தேதி வேடசந்தூர் தொகுதி எம்.எல்.ஏ. எஸ்.காந்திராஜனை எம்.ஆர்.முத்துசாமி, கே.டி.கலைச்செல்வன், சி.பி.ஐ.எம்.ஒன்றியச் செயலாளர் எம்.பெரியசாமி ஆகியோர் சந்தித்துப் பேசினார்கள். நீண்ட காலமாக அனுபவித்து வரும் ஆலய உரிமையை உறுதிப்படுத்தும் வகையில் பத்து சென்ட் காலியிடம் ஒதுக்க வேண்டும் என்று தொடர்ந்து வலியுறுத்தி வருகிறோம்.

28
'ஊர்க் காவல்' சங்கத்தின் சாதியத் தாக்குதல்

வத்தலக்குண்டு ஒன்றியம் பட்டிவீரன்பட்டியில் சட்டவிரோதமாக சாதிய ஆதிக்க சக்திகள் ஊர்காவல் சங்கம் அமைத்து பொதுமக்கள் மத்தியில் கட்டாய வசூல் செய்து வந்தனர். இதைக் கண்டித்து மார்க்சிஸ்ட் கம்யூனிஸ்ட் கட்சி சார்பாக கண்டன ஆர்ப்பாட்டம் கட்சி ஒன்றியச் செயலாளர் தோழர் கே.டி.கலைச்செல்வன் தலைமையில் நடைபெற்றது.

இதைப் பொறுத்துக் கொள்ள முடியாத சாதிய ஆதிக்க சக்திகளின் தூண்டுதலால் சட்டவிரோதமாகச் செயல்படும் ஊர்க்காவல் சங்கத்தினர் பத்துக்கும் மேற்பட்டோ ர் சேர்ந்து இரவு 8 மணிக்கு வீட்டில் இருந்து கே.டி.கலைச்செல்வனைக் கூப்பிட்டு, "ஏண்டா பள்ள நாயே, உனக்கு எவ்வளவு தைரியம் இருந்தா எங்கிருந்து இங்க வந்து, எங்களைக் கண்டித்து ஆர்ப்பாட்டம் நடத்துற? பள்ள நாயி! உனக்கெல்லாம் நடுத்தெருவில வீடு கொடுத்ததே தப்புடா!" என்று பேசிக்கொண்டே வீடு புகுந்து அடித்துவிட்டனர். மேலும் "நீ இந்த ஊரைவிட்டுப் போகலயின்னா ஒன்ன கொல்லாமல் விடமாட்டோம்" என்று கொலை மிரட்டல் செய்ததோடு சாதிய ஆதிக்க சக்திகள் ஒன்றுகூடி கலைச்செல்வனைக் கைது செய்ய வேண்டுமென்று உண்ணாவிரதப் போராட்டம் நடத்தினர்.

இதை அறிந்த கட்சியின் மாவட்டப் பொறுப்பாளர் எம்.ஆர். முத்துசாமி, ஒன்றிய மற்றும் மாவட்டக் கட்சி மையத்தோடு கலந்து பேசி, "சாதியைச் சொல்லிப் பேசி தாக்கியதை அனுமதிக்க முடியாது. இதை உடனே கண்டிக்க வேண்டும்" என்று முடிவுசெய்து, சாதிய ஆதிக்க சக்திகளின் ஊர்க்காவல் சங்கத்தினர்மீது பட்டிவீரன்பட்டி காவல் நிலைத்தில் புகார் செய்யப்பட்டது.

அதன் பிறகு 15.10.2012-ம் தேதியன்று கே.டி.கலைச்செல்வனை சாதிப் பெயரைச்சொல்லி இழிவாகப் பேசி - வீடுப்புகுந்து தாக்கிய ஊர்க்காவல் சங்கத்தினர்மீது எஸ்.சி., எஸ்.டி.இ வன்கொடுமை தடுப்புச் சட்டத்தின்கீழ் கைது செய்யப்பட வேண்டுமென்று மாபெரும் கண்டன ஆர்ப்பாட்டம் தோழர் எம்.ஆர்.முத்துசாமி தலைமையில் நடைபெற்றது. இதில் மதுரை கிழக்குத்தொகுதி சட்டமன்ற உறுப்பினர் தோழர் அண்ணாதுரை, கட்சி மாவட்ட செயலாளர் தோழர்.N.பாண்டி மற்றும் மாவட்ட ஒன்றியத் தலைவர்கள் உள்பட 500-க்கும் மேற்பட்டோர் கலந்துகொண்டனர். அதன் பிறகு சட்டவிரோதமாக செயல்பட்ட ஊர்க்காவல் சங்கத்தினர் மீது எஸ்.சி., எஸ்.டி., வன்கொடுமை சட்டத்தின்கீழ் வழக்குப்பதிவு செய்து நடவடிக்கை எடுத்து, நீதிமன்றத்தில் வழக்கு இன்றும் நடந்துகொண்டிருக்கிறது. பத்து ஆண்டுகளுக்கு மேலாகப் போராடி வருகிறோம்.

29

எஸ்.புதுப்பட்டியில் புதுமையான போராட்டம்

வடமதுரை ஒன்றியம் எஸ்.புதுப்பட்டியில் டீக்கடையில் உட்கார முடியாது, பொதுக் குடிநீர்க் குழாயில் குடத்தை வைத்து தலித் பெண் தண்ணீர் பிடிக்க முடியாது. பிற பெண்கள் பிடித்துவிட்டு அவர்களாகப் பார்த்து இவர்களுக்கு எடுத்து ஊற்றினால்தான் தண்ணீர் கிடைக்கும். டீக்கடையில் இரட்டை டம்ளர் முறை பயன்படுத்துவதும் தெரிய வந்தது. இந்தப் பிரச்சனையை இயக்கம் ஆக்கலாம் என்று முடிவு செய்தோம். இதனை சுமுகமாகப் பேசி முடிக்கலாம் என்று கருதி முதலில் பேச்சுவார்த்தையில் ஈடுபட்டோம். பலரும் ஏற்கும் மனநிலையில், சிலர் மட்டும் குதர்க்கமாக பேசி பிரச்சனையில் ஈடுபட்டனர். இறுதியாக இதன் மீது இயக்கம் நடத்த முடிவு செய்தோம்

எம்.ஆர்.முத்துசாமி, டி.முத்துசாமி, எம்.கே.சம்சுதீன், P.ஜெகதீசன் ஏ.பாலசுப்பிரமணி, அய்யாவு, சுந்தரராஜ், பாரி, பிச்சை, காளியப்பன் ஆகியோர் மக்கள் மத்தியில் களஆய்வு செய்து ஒருமுகப்படுத்தும் முயற்சியில் ஈடுபட்டனர்.

தோழர் டி.முத்துசாமி பெயரில் மாவட்ட ஆட்சியர் வட்டாட்சியருக்கு மனுக்கள் அனுப்பி வைத்தோம். 23.02.2005 அன்று ஏரியா குழுச் செயலாளர் எம்.ஆர்.முத்துசாமி தலைமையில் எஸ்.புதுப்பட்டியில் நூற்றுக்கணக்கான தோழர்கள் திரண்டனர். சாதி இந்துத் தரப்பினர் டீக்கடைக்காரர்களுக்கு ஆதரவாக நின்றனர். ஒரு யுத்தகளமாக எஸ்.புதுப்பட்டி தோன்றியது. என்ன நடக்குமோ என புதுப்பட்டி மக்களும் கூட்டமாகக் குழுமியிருந்தனர்.

நாம் டீக்கடைகளை முற்றுகையிடும் முன்பு, நமது நிலையை விளக்கிப் பேசினோம். பிறகு டீக்கடைக்கு அணி வகுத்தோம். வட்டாட்சியரும் வந்து சேர்ந்தார். "இருதரப்புக்கும் பாரபட்சமின்றி ஒரே மாதிரியான டம்ளரில் டீ வழங்க வேண்டும்" என்று பேசி முடித்தார். இரண்டு சமூகங்களைச் சார்ந்த மக்களும், மார்க்சிஸ்ட் கம்யூனிஸ்ட் கட்சியில் இருந்ததால் நியாயத்தை சுமுகமாக நிலைநாட்ட முடிந்தது.

பழனி ஒன்றியம், தாளையத்தில் இரட்டை டம்ளர் ஒழிப்பு போராட்டம் இதே காலத்தில் நடந்தது. இந்த இயக்கத்தில் தொப்பம்பட்டி ஒன்றியத்தில் இருந்து 300 பேர் கலந்துகொண்டனர். இங்கேயும் இரண்டு சமூகத்தினரும் இருந்ததால் தாசில்தாரை தலையிட வைத்து, இரட்டை டம்ளர் முறை ஒழிக்கப்பட்டது. நீண்டகால சுடுகாட்டுப்பாதைப் பிரச்சனையும் தீர்த்து வைக்கப்பட்டது. இந்த இயக்கம் தலித் மக்கள் மத்தியில் தாக்கத்தையும், நமது அமைப்பிற்கு வலுவையும் ஏற்படுத்தியது. இப்போராட்டத்தில் தோழர் எம்.ஆர்.முத்துசாமி, கே. அருள்செல்வன், எம்.ராமசாமி, சொக்கலிங்கம், ஆகியோர் முன்னணியில் நின்று முடிவுக்குக் கொண்டு வந்தனர்.

30

சாதி ஆணவப் படுகொலைகளைத் தடுத்து நிறுத்திட தனிச் சட்டம் கோரி

"கிரேக்கத்தின் அடிமை முறைக்கு ஒப்பானது இந்திய சாதி அமைப்பு" என்கிறார் மார்க்சிய அறிஞர் இ.எம்.எஸ்.நம்பூதிரிபாட். நமது அமைப்பின் மாநில பொதுச் செயலாளர் தோழர் கே.சாமுவேல்ராஜ் 'மரித்தவர்கள் மீண்டு வருகிறார்கள்' என்ற நூலில் பின்வருமாறு குறிப்பிடுகிறார்:

வளர்ச்சி அடைந்த அறிவியல் தொழில்நுட்ப வசதியுடன், மனித சமூகம் நாகரிகத்தின் உச்சியில் இருப்பதாக நம்பப்படுகிறது. ஆனால் கொடிய நிலப் பிரபுவத்துவ சாதிய சிந்தனைகள் நமது மனங்களை வசப்படுத்தி தன் கட்டுக்குள் வைத்துக்கொண்டுள்ளது. சாதியத்திற்கு எதிராக பெரும் புயலாக எழுந்த ஆன்மிக சமூக, கலாச்சார இயக்கங்களை எல்லாம் எதிர்கொண்டு, சாதி அதர்மம் புரிந்து வருகிறது. சமூகத்தின் பெரும் பகுதி மக்களை கீழானவர்களாக்கி அடிப்படை உரிமைகளுக்கு கட்டுப்பாடுகளை விதித்து அவர்களின் உழைப்பைச் சுரண்டுவதே சாதி அமைப்பு உருவாக்கப்பட்டதன் நோக்கம் ஆகும்."

இந்த மனநிலையில்தான் சாதி உயிர் வாழ்கிறது என்பது மட்டும் அல்ல, சுய சாதிப் பெருமை பேசுகிறது. வேறு சாதியினரை வேற்றுக்கிரகத்தில் இருந்து வந்தவர்களைப் போல வெறுப்பை விதைக்கிறது. இதனால்தான் சமகாலத்தில் பெற்ற தன் பிள்ளைகளையும், உடன் பிறந்தவர்களையும் கொன்று அழிக்க சாதி ஆணவப்படுகொலைகள் நடந்துவருகின்றன. சாதி முறை என்பது நாட்டின் சாபக்கேடு ஆகும்.

சாதிய சமூகத்தின் விதிகளை மீறியவர்கள் என்ற ஒரே காரணத்திற்காக தமிழகத்தில் கண்ணகி-முருகேசன் தம்பதி, இளவரசன், கோகுல்ராஜ், மாரிமுத்து, விமலாதேவி, தமிழ்ச்செல்வி, நந்தினி, சுவாதி, சங்கர் என்று கொலையானவர்கள் பட்டியல் நீளுகிறது. நமது மாவட்டத்தில் ரஞ்சிதா, கிருஷ்ணவேனி, கன்னீஸ்வரி, சிவகுருநாதன் ஆகியோரும் கோரக் கொலைக்குப் பலியானார்கள்.

வயது வந்த ஆண், பெண் இருவரும் தங்கள் இணையரை தேர்வு செய்துகொள்ள இந்திய அரசியல் சட்டம் உரிமை

வழங்குகிறது. உச்ச நீதிமன்றத் தீர்ப்புகளும் இதை உறுதி செய்கின்றது. அதனால்தான் தமிழகத்தில் இத்தகைய ஈனக் கொலைகளைத் தடுத்திட வேண்டும் என்று மார்க்சிஸ்ட் கம்யூனிஸ்ட் கட்சி வலியுறுத்துகிறது. அதற்காக தனிச்சட்டம் இயற்றக் கோரி சட்டமன்றத்தில் கே.பாலபாரதி எம்.எல்.ஏ. அவர்களும் வற்புறுத்தினார்கள். 'அப்படிப்பட்ட சம்பவங்களே நடக்கவில்லை' என்று அ.தி.மு.க. அரசு பதில் அளித்தது. அதனால் தொடர் இயக்கங்களை தமிழ்நாட்டில் தீண்டாமை முன்னணி அமைப்பு நடத்தியது.

தீண்டாமை ஒழிப்பு முன்னணியின் முன்முயற்சியில் சென்னை உயர் நீதிமன்றத்தில் உசிலம்பட்டி திலீப்குமார் தொடர்ந்த வழக்கில் சாதி மறுப்பு தம்பதியினரைப் பாதுகாப்பதற்கான வழிகாட்டல்களை நீதியரசர் இராமசுப்ரமண்யம் தமது தீர்ப்பில் அளித்தார்.

இந்த கோரிக்கைகளை வலியுறுத்தி சேலத்தில் இருந்து மாநிலத் தலைவர்கள் தோழர் சாமுவேல்ராஜ், தோழர் செல்லக்கண்ணு தலைமையில் ஒரு குழு 09.06.2017-ல் கிளம்பி, 16.06.2017-ம் தேதி சென்னைக்குப் பாதயாத்திரையாக வந்து சேர்ந்தது. வத்தலக்குண்டு தோழர் ஏ.தண்டபாணியும் இந்தப் பாதயாத்திரையில் கலந்து கொண்டார். வழி நெடுக மக்களை சந்தித்து பிரச்சாரம் செய்தது அந்தக் குழு. நமது வெகுஜன அமைப்புகளும், உழைப்பாளிகளும் வரவேற்று வழி அனுப்பினார்கள்.

தீண்டாமை ஒழிப்பு முன்னணி சார்பாக 21.03.2022-ம் தேதி கோரிக்கையை வலியுறுத்தி சென்னை பி.டி தியாகராயர் அரங்கில் சிறப்பு மாநாடு நடைபெற்றது. சேலம் கோகுல்ராஜ் கொலை வழக்கில் வரலாற்று சிறப்புமிக்க தீர்ப்பு வந்தது. இத்தீர்ப்பை பெற்றுக்கொடுத்த வழக்கறிஞர் ப.பா.மோகன், விமலாதேவி கொலை வழக்கில் வெற்றி பெற்ற வழக்கறிஞர் உ.நிர்மலாராணி ஆகியோரை இந்த நிகழ்ச்சியில் பாராட்டி கௌரவித்தது.

22.05.2022-ம் தேதி மேற்கு மண்டல மாநாடு பெருந்துறையில் நடந்தது. 27.05.2022-ல் சென்னை பனகல் பார்க் முன்பு, அகில இந்திய துணைத் தலைவர் சுபாசினி அலி தலைமையில் ஆர்ப்பாட்டம் நடந்தது. திண்டுக்கலில் நமது அமைப்பு மற்றும் அம்பேத்காரிய, பெரியாரிய அமைப்புகள் சார்பாக ஆர்ப்பாட்டம் நடைபெற்றது.

தமிழக சட்டமன்றத்தில் இந்த ஆணவப் படுகொலைக்கு எதிராக தமிழக அரசு சட்டம் இயற்றினால் ஒழிய, இந்தக் கொலைகளை தடுத்து நிறுத்த முடியாது. மேலும் அடித்தட்டு கிராமப்புற உழைப்பாளி மக்களான பட்டியல் இன மற்றும் பிற்படுத்தப்பட்ட மக்கள் இது போன்ற பிரச்சனையினால் உணர்ச்சி வசப்பட்டு சாதிய மோதல்களில் ஈடுபடாமல் தடுப்பதற்கும் அவர்களின் வாழ்வாதாரப் பிரச்சனைகளைத் தீர்ப்பதற்காகவும் இந்த சட்டம் நிறைவேற்ற வேண்டும் என்று மாநில அரசை வலியுறுத்தி ஆர்ப்பாட்டம் நடைபெற்றது.

திண்டுக்கல் மணிக்கூண்டில் 28.05.2022-ம் தேதி நடைபெற்ற இந்த ஆர்ப்பாட்டத்திற்கு, நமது அமைப்பின் மாவட்டத் தலைவர் டி.முத்துசாமி தலைமை வகித்தார். மாநிலத் தலைவர் டி.செல்லக்கண்ணு, மாவட்ட செயலாளர் எம்.ஆர்.முத்துசாமி, பொருளாளர் ஆர்.வனஜா, மாநிலக் குழு உறுப்பினர் ஜீ.ராணி, தமிழர் சமூக நீதிக் கழகத்தின் தலைவர்கள் சுரா. தங்கபாண்டியன், சரவணன், தமிழ்ப் புலிகள் அமைப்பின் மாவட்டச் செயலாளர் மருதை திருவானன், பகுஜன் சமாஜ் கட்சியின் மாவட்டச் செயலாளர் மனோகரன் உள்ளிட்ட தலைவர்கள் பங்கேற்று பேசினார்கள்.

31

வன்கொடுமை தடுப்பு சட்டத்திருத்தமும், தீர்ப்புகளும்

ஆங்கிலேயர் ஆட்சியில் ரௌலட் சட்டம் என்ற பட்டப் பெயரால் அழைக்கப்பட்ட இந்திய அரசுச் சட்டம், 1919-இன் செயல்பாடுகளை ஆய்வு செய்வதற்காக அமைக்கப்பட்ட சைமன் கமிஷன், 1920-இல் நாடு முழுவதும் சுற்றுப்பயணம் செய்தது. அப்போது தலித்துகள்மீது தலைவிரித்தாடிய வன்கொடுமைகளைக் கண்டு அதிர்ச்சியடைந்தது. அதில் பெரும்பாலும் வெளியே சொல்லப்படாமல் வழக்குப் பதியப்பட்டாலும் யாரும் சாட்சி

சொல்ல முன்வராமல், தண்டிக்கப்படாமல் போவதாக வருத்தப்பட்டது. அவர்களின் பாவப்பட்ட நிலையும் சாதியத் தீவிரவாதமும்தான் சாட்சி சொல்ல முடியாமல் போவதற்குக் காரணம் என்றது 100 ஆண்டுகள் கடந்தும், தற்போதும் சுதந்திர இந்தியாவில் டிஜிட்டல் இந்தியாவில் அதே நிலை, அதே அதிர்ச்சி, அதே வருத்தம், அதே காரணம் நீடிக்கிறது.

உச்ச நீதிமன்றத்தின் 'அநீதி' ஆணை

மகாராஷ்டிராவில் மகாஜன் என்பவர் தன்மீது பட்டியல் சாதியினர் மற்றும் பழங்குடிகள் மீதான வன்கொடுமை தடுப்புச் சட்டப்படி தாக்கல் செய்யப்பட்ட முதல் தகவல் அறிக்கையை ரத்து செய்யும்படி மும்பை உயர் நீதிமன்றத்தில் வழக்குத் தாக்கல் செய்தார். அது தள்ளுபடி செய்யப்பட்டது. உச்ச நீதிமன்றத்தில் மேல்முறையீடு செய்தார். அந்த வழக்கை விசாரித்த நீதிபதிகள் கோயல் மற்றும் யு.யு.லலித் அடங்கிய உச்சநீதிமன்ற அமர்வு, கடந்த 20.03.2018 அன்று ஓர் உத்தரவு பிறப்பித்தது. அதில், பொய் வழக்கிலிருந்தும் தேவையற்ற கைது நடவடிக்கைகளிலிருந்தும் அப்பாவிகளைக் காப்பாற்றுவதற்காக என்ற காரணத்தைச் சொல்லி கீழ்க்கண்ட வழிகாட்டு நடைமுறைகளை வகுத்து உத்தரவுகளைப் பிறப்பித்துள்ளது.

1. புகார் அளிக்கப்பட்டால் முதல் நிலை விசாரணை நடத்தாமல் எப்.ஐ.ஆர். பதிவு செய்யக்கூடாது. முதல்நிலை விசாரணை ஒரு வாரத்திற்குள் முடித்து அறிக்கை அளிக்க வேண்டும். அதில் எப்.ஐ.ஆர். தாக்கல் செய்ய அனுமதி அளிக்கப்பட்டிருந்தால் அதற்கான காரணங்களை அறிக்கையில் கண்டிப்பாகச் சொல்ல வேண்டும்.

2. முதல்நிலை விசாரணை நடத்தப்பட்டு எப்.ஐ.ஆர் பதிவு செய்தாலும் கைது நடவடிக்கை கட்டாயம் அல்ல.

3. அரசு ஊழியர்களை அவர்களுடைய பணி நியமன அதிகாரியின் எழுத்துப்பூர்வமான முன்அனுமதி இல்லாமல் கைது செய்யக்கூடாது.

4. மாவட்டக் காவல் கண்காணிப்பாளரின் எழுத்துப்பூர்வமான முன் அனுமதி இல்லாமல் யாரையும் கைது செய்யக்கூடாது.

இந்த உத்தரவு நாட்டின் சமூகநீதி முகத்தைச் சிதைப்பதாக இருக்கிறது. சட்டத்தையே சீர்குலைப்பதாக நீர்த்துப்போகச்

செய்வதாக உள்ளது. இந்த உத்தரவு பிறப்பிக்கும்முன் இந்தச் சட்டத்தை இயற்றிய மத்திய அரசின் வாதத்தையும் இதனால் பெரிதும் பாதிக்கப்படக்கூடிய தலித் மக்கள், தலித் அமைப்புகளின் கருத்தையும் கேட்கவில்லை. இது இயற்கை நியதிக்குப் புறம்பானது.

மகாஜன் தாக்கல் செய்த வழக்கில் அவர்மீது பதியப்பட்ட வழக்கு உண்மையா, பொய்யா என்பதை மட்டும் ஆய்வு செய்ய வேண்டுமே தவிர ஒட்டுமொத்தச் சட்டத்தையும் சீர்குலைப்பதற்கு என்ன தேவை ஏற்பட்டது! ஒட்டுமொத்தச் சட்டத்தையும் மீளாய்வு செய்ய வேண்டும் என்று நீதிமன்றத்தை யாரும் அணுகவில்லை.

இத்தீர்ப்புக்குப் பிறகு ஆதிக்க வெறியர்கள் ஆடலும், பாடலுமாக நாடு முழுக்க கூடிக் களித்தனர். தலித் மக்களோ அடிமைத்தனமும், அவமானமும் இன்னும் எத்தனை ஆண்டுகளுக்கு எனக் கண்ணீர் வடித்தனர். வேறு சிலர் ரயிலை மறித்து, தங்களது கோபத்தைக் கொட்டினர். பத்து பேர் உயிரைக் கொடுத்தனர்.

தமிழ் நாடு தீண்டாமை ஒழிப்பு முன்னணி மார்ச் 20-ம் தேதி உச்ச நீதிமன்றத் தீர்ப்பு வந்தவுடன், 04.04.2018ஆம் தேதி ஒட்டன்சத்திரத்தில் எம்.ஆர்.முத்துசாமி தலைமையில் நடந்த கண்டன ஆர்ப்பாட்டத்தில் நூற்றுக்கணக்கான பேரைத் திரட்டி நடத்தினோம். ஜூலை 2-ம் தேதி நாடு முழுவதும் ரயில் மறியல் செய்து கோரிக்கையை நிறைவேற்ற, பல்வேறு தலித் அமைப்புகளுடன் பேசி எட்டு அமைப்புகளை நம்முடன் ஒருங்கிணைத்தோம்.

அவர்கள் 57 பேரும் நாம் 351 பேருமாக 29 பெண்கள் உட்பட 408 பேர் திண்டுக்கல் எல்.ஜி.பி. காம்பவுண்டிலிருந்து சி.பி.ஐ.எம். மாவட்ட செயலாளர் தோழர் ஆர்.சச்சிதானந்தம் தலைமையில் புறப்பட்டு பஸ் நிலையம் நாகல்நகர் வழியாக, ரயில்வே ஸ்டேஷனை அடைந்தோம். இம்மூன்று இடங்களிலும் காவல்துறை கைதாகச் சொல்லி வற்புறுத்தியது. ஒவ்வொரு இடத்திலும் அவர்கள் கூறியதை மீறி, தடைகளை தாண்டித்தான் ரயிலை மறித்துக் கைதானோம்.

மாலை வரை அமைப்பின் நிர்வாகிகள் தங்கள் கருத்துக்களை பரிமாறிக்கொண்டனர். இப்போராட்டத்தில் ஏற்கெனவே இறந்த பத்து தலித் இளைஞர்களுக்கு இரங்கல் தெரிவிக்கப்பட்டது.

தலித்துகள் மரணமும் ஜனநாயக இயக்கங்கள் போராட்டமும் வலுவடைந்ததன் காரணமாக மத்திய அரசு மறுசீராய்வு மனுவை, உச்ச நீதிமன்றத்தில் தாக்கல் செய்தது. நீதிபதிகள் அருண்மிஸ்ரா, ஆர்.பி.க.வே ஆகியோர் அடங்கிய அமர்வு மத்திய அரசின் மறுசீராய்வு மனுமீது பின்கண்ட இத்தீர்ப்பை வழங்கியது.

2018 ஆகஸ்ட் 9-ம் தேதி சட்டத் திருத்தம் ஒன்றையும் கொண்டு வந்தது. "சமத்துவத்திற்கான தலித் மக்களின் போராட்டம் இன்னும் ஓயவில்லை. இன்றும் தீண்டாமை வன்கொடுமைகளால் தலித் மக்கள் துயரத்தை அனுபவித்து வருகிறார்கள். எஸ்.சி., எஸ்.டி. வன்கொடுமை தடுப்புச் சட்டம் கடந்த 2018 மார்ச் 20-ம் தேதி வழங்கப்பட்ட தீர்ப்பு அரசியல் சாசனத்தின் நோக்கத்திற்கு எதிரானது. இச்சட்டத்தை, நீர்த்துப் போகச் செய்துள்ளது என்பதால் அத்தீர்ப்பு திரும்ப பெற்றுக்கொள்ளப்படுகிறது" என்று அறிவித்தனர்.

"மேலும் அரசியல் அமைப்புச் சட்டம் எஸ்.சி., எஸ்.டி. மக்களுக்கு அரசு அமைப்புப் பிரிவு 15-ன்கீழ் முழுமையான பாதுகாப்பு வழங்கியுள்ளதாகவும் ஆனால் நாடு விடுதலை அடைந்த 70 ஆண்டுகளுக்கு மேலாகியும்கூட எஸ்.சி., எஸ்.டி. மக்களைப் பாதுகாக்க முடியவில்லை" என்றும் குறிப்பிட்ட நீதிபதிகள், "தலித் மக்கள் இன்றும் பாகுபாடு மற்றும் தீண்டாமைக் கொடுமைக்கு ஆளாக்கப்படுகிறார்கள். அவர்கள் மீதான வன்கொடுமைகள் ஒவ்வொரு நாளும் அதிகரித்துகொண்டு இருக்கின்றன" என்று வேதனை தெரிவித்தனர்.

"சிலரின் தவறுகளால் சில இடங்களில் எஸ்.சி., எஸ்.டி. வன்கொடுமை தடுப்புச் சட்டம் தவறாகப் பயன்படுத்தப்படுகிறது

என்பதற்காக, ஒட்டுமொத்தமாக அரசியல் சாசனத்திற்கு எதிராக ஓர் உத்தரவைப் பிறப்பிக்க முடியுமா?" என்று அவர்கள் கேட்டனர். எந்தச் சட்டம் தவறாகப் பயன்படுத்தப்படாமல் இருக்கிறது என்ற கேள்வியும் முந்தைய தீர்ப்பினால் பதில் அளிக்க இயலாத ஒன்றாக இருந்தது.

32

அருந்ததியர் மீது கந்துவட்டி, பாலியல் வன்கொடுமை, கொலைமிரட்டல்

திண்டுக்கல் மாவட்டத்தில், குறிப்பாக வடமதுரை, வேடசந்தூர், திண்டுக்கல், சாணார்பட்டி ஒன்றியத்திலும் பிற பகுதிகளிலும் அருந்ததியர் மக்களுக்கு உள்ஒதுக்கீடு 3% சட்டம் நிறைவேறிய பிறகும் கணிசமான தலித் அருந்ததிய மக்கள் கல்வி, வேலைவாய்ப்பில் மிகப் பின்தங்கிய நிலையிலேயே வாழ்ந்து வருகிறார்கள். அவர்கள் தங்களுடைய பல்வேறு தேவைகளுக்காகக் கடன் வலையில் சிக்கிச் சீரழிந்து வருகிறார்கள்.

நாதியற்ற மக்களுக்கு கடன் கொடுக்க முறைசார் வழிமுறைகள் இல்லாத நிலையில் கடந்த காலத்தில் சமூக விரோதச் செயல்கள் மூலம், செல்வங்களைச் சேர்த்தவர்கள், கந்துவட்டிக்குக் கடன் கொடுத்து, மீளாத் துயரத்தில் ஆழ்த்திவிட்டார்கள்.

குறிப்பாக தாடிக்கொம்பு கிராமத்தில் உண்டார்பட்டியில் 60 குடும்பங்கள், அய்யம்பாளையத்தில் 50 குடும்பங்கள், வேடசந்தூர் வட்டம் தென்னம்பட்டி கிராமம் பெரும்புள்ளியில் 70 குடும்பங்கள் என்று அருந்ததியர் மக்கள் வசித்து வருகின்றனர் இவர்களுக்கு காலனி வீடுகளைத்தவிர வேறு சொத்துக்கள் எதுவும் இல்லை.

இக்குடும்பத்தினர் ரூ.5,000 முதல் 50,000 வரை கடனாகப் பெற்று பல மடங்கு வட்டியும் முதலுமாய், லட்சக்கணக்கில் செலுத்திய பிறகும், வீட்டுப்பத்திரத்தையும், புரோ நோட்டையும் தர மறுப்பது, சாதியைச் சொல்லி இழிவான வார்த்தைகளில் அவதூறு பொழிவது, காறி முகத்தில் உமிழ்வது, பெண்களை பாலியியல் கொடுமையில் ஈடுபடுத்துவது, வீட்டைப் பூட்டி எழுதி வாங்கிக்கொண்டு விரட்டியடிப்பது, ஆளைக் கடத்திச் சென்று

தங்கள் தோட்டத்தில் கொத்தடிமையாய் வேலை வாங்குவது, கொலைமிரட்டலில் ஈடுபடுவது என்பது தொடர் கதையாக நீடித்தது.

உண்டார்பட்டியில் ஒரு பெண்ணை விபச்சாரம் செய்து கடனைக் கட்டி முடிக்கச்சொல்லி கழுத்தைப் பிடித்து நெரித்ததில் வெகுண்டு எழுந்து நியாயம் கேட்டு நமது அமைப்பிடம் வந்தார். ராமர், ராஜா, முத்து, மஞ்சு, ராஜேஸ்வரி ஆகிய 5 குடும்பங்கள் கொலைமிரட்டலால் ஊரைக் காலி செய்துவிட்டு வேறு இடம் சென்றுவிட்டார்கள்.

இதைக் கேள்விப்பட்ட ராஜேந்திரன் வகையறாக்கள் 10.01.2021ஆம் தேதி அதே ஊரைச் சேர்ந்த நந்தகோபால் என்ற இளைஞரைக் கடத்திச் சென்று, தங்கள் தோட்டத்தில் அடைத்து வைத்தனர். இதை ஒட்டி ஊரே ஒன்றுதிரண்டு தமிழர் சமூக நீதிக்கழகம் மூலம் நம்மிடம் வந்தனர்.

நந்தகோபால் மனைவி மூலம் எஸ்.பி.யிடம் புகார் தந்து, வேடசந்தூரில் காத்திருக்கும் போராட்டம் நடத்தியதன் பலனாக, காவல்துறை வழக்குப் பதிவு செய்தது. நந்தகோபாலை எதிரியிடமிருந்து மீட்டு வந்தனர்.

அய்யம்பாளையத்திலும் பல குடும்பங்கள் கடன் பெற்ற வகையில் அவர்களையும் பல வகை நெருக்கடிக்கு ஆளாக்கினார்கள் சமூக விரோதிகள். நந்தகோபால் விடுவிக்கப்பட்ட செய்தி கேள்விப்பட்டு இவர்களும் அணுகினர். இவர்களையும் தைரியப்படுத்தி நம்பிக்கையூட்டிள்ளோம்.

வடமதுரை ஒன்றியம் தென்னம்பட்டிக் கிராமத்திலும் கடன் காரணமாகப் பல நெருக்கடிகளைச் சந்தித்தனர். வடமதுரை காவல் நிலையத்தில் பாதிக்கப்பட்டவர்கள் மூலம் புகார் மனு கொடுத்து, எதிரிகளிடமிருந்து பாண்டுப் பத்திரம் பெறப்பட்டு பாதிக்கப்பட்டவர்களிடம் ஒப்படைக்கப்பட்டது. வழக்குப் பதியவில்லை. புகார் மனுவுக்கு ரசீது மட்டும் பெறப்பட்டது. பயந்தவர்கள் அகதிகளைப்போல் இடம் பெயர்ந்தனர்.

புகார் கொடுத்த பெண்களைக் கடுமையாக மிரட்டி வாபஸ் வாங்கச் சொல்லி ஒருபக்கம் நிர்பந்தித்தார்கள். அவர்களும் நம்மிடம் வந்தனர்.

நாம் நமது அமைப்பில் தமிழர் சமூக நீதிக்கழகம், தமிழ்ப்புலிகள் கட்சி உட்பட பல்வேறு தலித் அமைப்புகள், சிறுபான்மைக் குழுக்களை இணைத்து ஆதித் தமிழர் பேரவை, தி.க. இவர்களை இணைத்து எஸ்.பி.யிடம் மனு கொடுத்துப் பேசினோம். பிப்ரவரி 1-ஆம்தேதி காலை வேடசந்தூர், ஆத்துமேட்டில் கந்துவட்டி, தலித் பாலியல் வன்கொடுமை புரியும் சமூக விரோதிகளைக் கண்டித்து எம்.ஆர்.முத்துசாமி தலைமையில் ஆர்ப்பாட்டம் நடத்தப்பட்டது. பொதுமக்கள் மத்தியில் நல்ல வரவேற்பு இருந்தது. கே.பாலபாரதி, மாநிலத் தலைவர் செல்லக்கண்ணு, மாவட்டத் தலைவர் டிமுத்துசாமி, பொருளாளர் சு.வனஜா மற்றும் மாவட்ட நிர்வாகிகள் கலந்துகொண்டனர்.

டி.எஸ்.பியை எம்.ஆர்.முத்துசாமி, டி.முத்துசாமி, வனஜா ஆகியோர்கொண்ட குழு பலமுறை சந்தித்துப் பேசி நெருக்கடி கொடுத்தன்பேரில் பாதிக்கப்பட்ட 45 பேரும் தனிப் புகார் மனுக்களை டி.எஸ்.பி.யிடம் கொடுத்தும் டி.ஐ.ஜி திரு.முத்துசாமியை சந்தித்தும் மனு கொடுத்தோம்.

மனுக்கள் விசாரிக்கப்பட்டு சம்பந்தப்பட்ட குற்றவாளிகள் மீது வழக்குப் பதிவு செய்யப்பட்டது. குற்றவாளிகள் ஜாமீனில் வெளிவந்தனர். இதற்கு மத்தியில் சட்டமன்றத் தேர்தல், கொரோனா வந்தது. மக்கள் வாழ்வாதாரம் இழந்த நிலையில் சமூக விரோதக் கும்பல் மக்கள்மீது கடுமையான அடக்குமுறையைக் கட்டவிழ்த்துவிட்டது.

தாடிக்கொம்பு அய்யம்பாளையத்தில் வசிக்கும் முத்தண்ணன் மனைவி ஆறுமுகம் நம்மிடம் வந்தார். "சொட்டமாயனூர் செல்வத்திடம் ரூ.25,000-வாங்கி, மூன்று வருடமாக 10 வட்டி வீதம் ஒருவருடம் கட்டினேன். கடந்த 10 மாதமாக வட்டி கட்டமுடியவில்லை. வட்டிப் பணம் கேட்டு என்னை அடித்து துன்புறுத்தி வீட்டைப் பூட்டி வைத்தனர். அடித்து உதைத்தனர், 'வீட்டை எழுதிக்கொடு, இல்லை என்றால் கொலை செய்துவிடுவேன்' என்று மிரட்டுகிறார். எனவே குடியிருக்க வழியின்றி நத்தம் சாலை தாடிக்கொம்பு பிரிவிலுள்ள மில்லில் தங்கி, கூலி வேலை செய்து வருகிறேன்'' என்று கூறினார்.

அவருடன் சேர்ந்து வடமதுரை ஒன்றியம் பெரும்புள்ளியில் கந்துவட்டிக் கும்பலிடமிருந்து காவல்துறை உதவியுடன், தும்மலக்

கந்துவட்டிக் கொடுமைக்கு எதிராக திண்டுக்கல்லில் காத்திருப்புப் போராட்டம்

திண்டுக்கல், ஜூலை 17- தலித் மக்களுக்கு கந்து வட்டி கொடுத்து அத்துமிற லில் ஈடுபடுவோர் மீது நட வடிக்கை எடுக்கக் கோரி திண்டுக்கல்லில் தீண்டாமை ஒழிப்பு முன்னணி சார்பில் செவ்வாய்க்கிழமை காத்தி ருப்பு போராட்டம் நடைபெற் றது.

மாவட்ட ஆட்சியர் அலு

குண்டில் ஒருவர் என்.எஸ்.நகர் பழனிசாமி ஆக, 19 பேருடைய பாண்டுப் பத்திரத்தையும் மீட்டுக் கொடுத்தோம்.

கந்துவட்டிக் கும்பல் அசலைப்போல பல மடங்கு வட்டி வசூலித்த பிறகும். அசலும் வட்டியும் கேட்டு வீட்டைப்பூட்டி விரட்டி அடித்தனர். சில குடும்பங்கள் வெளியூருக்கு ஓடிவிட்டனர். வேலை செய்து பிழைத்து வந்தார்கள். அவர்களை தைரியப்படுத்தி சொந்த ஊருக்கு வரவழைத்து காவல்துறை உதவியுடன், பெரும்புள்ளியில் 7 வீடுகள், அய்யம்பாளையத்தில் 3 வீடுகளின் பூட்டை உடைத்து கதவைத் திறந்துவிட்டு உரிமையாளர்களுக்கு வீட்டைச் சொந்தமாக்கினோம். விவசாய சங்கத்தைச் சேர்ந்த பழனிசாமியின் பல லட்சங்கள் மதிப்புள்ள நிலத்தை மீட்டுக் கொடுத்தோம்.

15 குடும்பத்தினருக்கு தலா ரூ.25,000 நிவாரணம் பெற்றுக்கொடுத்தோம். குடும்பத்தில் மேலும் ஒருவருக்கு இந்நிவாரணம் கொடுக்க வேண்டும் என்று வன்கொடுமை தடுப்புச் சட்டத்தின் டி.எஸ்.பி.யைப் பார்த்து வலியுறுத்தி வந்தோம். மீதி மூன்று பேர் மனுக்கள் மீதும் எப்.ஐ.ஆர். பதிவு செய்ய வேண்டும் என்று வற்புறுத்தினோம்.

மாவட்ட ஆட்சியர் அலுவலகத்தில் காத்திருக்கும் போராட்டத்தை 13.07.2021-ம் தேதி காலையில் தோழர் எம்.ஆர்.முத்துசாமி தலைமையில் நடத்த முடிவு செய்தோம். விரிவாக முன்கூட்டியே அதிகாரிகளுக்கு மனு அனுப்பி வைத்தோம். 12-ம் தேதி காலை

அதிகாரிகள் பேச்சுவார்த்தைக்கு வருமாறு அழைத்தனர். நாம் நிராகரித்தோம்.

காத்திருக்கும் போராட்டம் மாவட்ட ஆட்சியர் அலுவலகத்தில் நடத்திய இயக்கத்தை ஒட்டி தோழர் எம்.ஆர்.முத்துசாமி, சரவணன், வேல்முருகன், துரைசம்பத் அந்தோனி, ஆறுமுகம், அஜய்கோஸ், ஆசாத், முனியப்பன் மலைச்சாமி, செல்வநாயகம், ஜீவநந்தினி ஆகிய 10 பேர் மீது காவல்துறை தாடிக்கொம்பு சார்பு ஆய்வாளர் முத்தமிழ்ச் செல்வி கிரைம் எண் 592, 2,5, 143, 269. பி.சி.ஆர். 13.07.21 அன்று வழக்குப் பதிவு செய்துள்ளனர். மனுவினைத் தயாரித்து தீண்டாமை ஒழிப்பு முன்னணி மாவட்டத் தலைவர், செயலாளர், தமிழ் சமூகநீதிக் கழகம், நிறுவனர், செயலாளர், உடன் சென்று ஏ.எஸ்.பி.யைப் பார்த்து மனு கொடுத்தோம்.

இன்ஸ்பெக்டர் முருகன் மனுவைப் பெற்றுக்கொண்டு விசாரித்தார். உடனே எங்கள் மனுதாரர் ஊருக்கு வரச்சொன்னார். மனுதாரர் மகனுடன் டுவீலரில் எம்.ஆர்.முத்துசாமி பிரச்சனைக்குரிய மனுதாரருடன் அய்யம்பாளையம் சென்றார். டி.முத்துசாமி, சார்பு ஆய்வாளர், ஆய்வாளர் ஆகியோர் காவல்துறை வாகனத்தில் அங்கு வந்தார்கள். கந்துவட்டிக்காரனை ஒரு மிரட்டல் விட்டு, காவல்துறை மனுதாரரைப் பார்த்து வீட்டின் பூட்டை உடைக்கச் சொன்னார்கள். பூட்டு உடைந்து கதவு திறந்தது, பிரச்சனை முடிந்தது.

மேலும் பல பிரச்சனைகள் தீர்க்கப்படாத நிலையில், இந்த இயக்கத்தில் தோழர்கள் கே.சாமுவேல்ராஜ், கே.பாலபாரதி, ஆர்.சச்சிதானந்தம், சுரா. தங்கபாண்டி, டி.முத்துசாமி, ஆர்.வனஜா, ஜி.ராணி, கே.அருள்செல்வன், இலமு மற்றும் தலித் அமைப்புகள், பெரியார் அமைப்புகள் கலந்துகொண்டனர்.

ஆவேசமான கோஷங்களுக்கு மத்தியில் தோழர்கள் கே.பாலபாரதி, கே.சாமுவேல்ராஜ் உட்பட பலர் பேசினார்கள். பேச்சுவார்த்தைக்கு அழைக்கப்பட்டதால் தலைவர்கள் கலந்து கொண்டனர். மாவட்டக் கூடுதல் காவல்துறை கண்காணிப்பாளர் டி.வெள்ளைச்சாமி கலந்துகொண்டு எஸ்.பி.யிடம் பேசி சிறப்பு விசாரணைக் குழு அமைப்பது என்று அறிவித்தனர். ஒவ்வொருவரும் யாரிடம் எவ்வளவு வாங்கி, எவ்வளவு திரும்பத் தந்தது, மீண்டும் கேட்கும் தொகை குறித்த பட்டியலைத் தயார் செய்து 14ம் தேதி

அடிஷனல், எஸ்.பி.யிடம் தர முடிவாகி அதன்படி தரப்பட்டது. 20.07.2021-ஆம் தேதி அமைப்பின் மாவட்ட நிர்வாகிகள் சுரா தங்கப்பாண்டியன், எம்.ஆர்.முத்துசாமி, டி.முத்துசாமி, ஆர்.வனஜா ஆகியோர் மாவட்டக் காவல் கண்காணிப்பாளர் ரவுளிபிரியா அவர்களை சந்தித்து தனிப்படை அமைப்பது குறித்துப் பேசினார்கள்.

"எஸ்.சி., எஸ்.டி. வன்கொடுமை நிகழ்வுகள் விசாரணைக்கு வந்தால் இச்சட்டத்தின்கீழ் நடவடிக்கை எடுக்கப்படும்" என உறுதியளித்தார். "பாலியல் சீண்டல்கள் இருந்தால் பாதிக்கப்பட்ட பெண்களை புகார் தரச்சொல்லுங்கள், அதன்மீதும் கட்டாயம் நடவடிக்கை எடுக்கப்படும்" என்றார்.

தனிப்படை அமைப்பு செயல்பட்டது. நீதிமன்ற உத்தரவை ஏற்று எதிரிகள் வீட்டை சோதனையிட்டுக் கொண்டிருப்பதாகவும் கூறினர். பிரச்சனையில் பாதிக்கப்பட்டவர்களில் தேவர், நாயக்கரும் உள்ளனர். வட்டிக்குக் கொடுத்தவர்களில் பள்ளர், பிள்ளை சாதியும் உண்டு. கந்துவட்டி என்று தெரிந்தே கடன் வாங்குவது, பிறகு குத்துது, குடையுது என்று நடவடிக்கை எடுக்கக் கூறுவது. ஏட்டு முதல் உயர்நிலை அதிகாரிகள் வரை நாம் மனுக் கொடுத்தபோது எகத்தாளமாக எள்ளி நகையாடினர். அவர்கள்தான் அந்தக் காவல்துறைதான், பூட்டிய 12 வீடுகளைத் திறந்தும். 13 பேருடைய பாண்டுப் பத்திரங்களை ரௌடிகளிடமிருந்து பெற்றுக்கொடுத்தது. 15 பேருக்கு வன்கொடுமை தடுப்புச்சட்டத்தில் தலா ரூ.25,000ம் பெற்றுக் கொடுத்து அதன் வெற்றி, நாம் நடத்திய தொடர் போராட்டங்களினால்தான் தாடிக்கொம்பு காவல் நிலைய அதிகாரி, "எம்.ஆர். முத்துசாமி, டி.முத்துசாமி ஆகிய நீங்கள் இருவரும் கவனமாக இருங்கள். எதிரிகள் உங்கள்மீது கொலைவெறியோடு திரிகிறார்கள்" என்று கூறினார். தீண்டாமை ஒழிப்பு முன்னணி மாநிலக்குழுவும் இந்த அபாயத்தை சுட்டிக்காட்டியது.

வடமதுரையில் மாடு திருடியதில் துவங்கி, சொட்டமாயனூரில் வழிப்பறி, களவு, வழியாக நல்லமனார்கோட்டையில் நான்கு குழந்தைகளைக் கொலை செய்தவர்கள், பயபீதியை ஏற்படுத்திய ரௌடிகள், பலகட்டப் போராட்டங்களுக்குப் பிறகு தமிழக முதல்வராக இருந்த டாக்டர் கலைஞர் அவர்களை, சர்வகட்சிகளும் செயலாளர் என்ற முறையில் எம். ஆர்.முத்துசாமி உட்பட பலரும் சந்தித்துப் பேசிய பின்னர், குண்டர் தடுப்புச் சட்டத்தின்கீழ் கைதாகினர்.

அதற்கு முன்பு அன்று மாவட்டக் காவல்துறை அதிகாரியாய் இருந்த சைலேந்திரபாபு அவர்கள் கண்டனக் கூட்டம் நடத்த அனுமதி மறுத்தபோதும், மீறி கூட்டம் நடத்தினோம். ஆனால் அதே அதிகாரி அக்கூட்டத்திற்குப் பாதுகாப்பு அளித்திருந்தார் என்றால் 2,000 பேர் அக்கூட்டத்தில் பங்கேற்புச் செய்து எழுச்சியாக கூட்டம் நடந்ததும் காரணமாகும். அளவு மாற்றம், குணமாற்றத்தை உண்டாக்கியது என்று கூறலாம்.

மல்லையாபுரம் எஸ்.சி.(ஏ) காலனியில் ஊர்க் கூட்டம் நடத்தினோம். வி.தொ.ச. மாவட்டச் செயலாளர் கே.அருள்செல்வன், ஆத்தூர் ஒன்றியச் செயலாளர் சுப்பிரமணியுடன் எம்.ஆர்.முத்துசாமி சென்றிருந்தனர். சுமார் 30 பெண்கள் கலந்துகொண்டு கந்துவட்டிக் கயவர்களிடம் தாங்கள் பட்ட கஷ்டங்களைக் கூறினார்கள். உடனடியாக மனு தயாரித்து மாவட்ட ஆட்சியர், எஸ்.பி.யிடம் மனுக் கொடுத்தும் பேசுவது என முடிவு செய்து, தொடர்பு கொண்டோம். அவர்களை உள்ளூர் பெரிய மனிதர்கள் தாங்களே ராஜேந்திரன் சகோதரரிடம் பேசி சரிக்கட்டினர். இப்படியும் களங்களில் நாம் எதிர்கொள்கிற பிரச்சனைகள் உள்ளன.

சின்னாளப்பட்டி: மைக்ரோ பைனான்ஸ் மூலம் பாதிக்கப்பட்ட 100 பெண்களைத் திரட்டி தீ.ஒ.முன்னணி, மாதர் சங்கம் மாவட்டத் தலைவர் ஆர்.வனஜா தலைமையில் நடைபெற்ற ஆர்ப்பாட்டத்திற்குப் பிறகு, தொடர்ந்து வட்டியில்லாமல் கடனைக் கட்ட முடிவானது.

பழனி ஒன்றியம் பாலசமுத்திரம்: ஹேமா என்ற தலித் அருந்ததியர் பெண் 10 வட்டிக்கு ரூ.10,000 கடன் வாங்கி 1½ ஆண்டுகாலமாக வட்டியைக் கட்டியுள்ளார். ஜூலை மாதத்தில் வட்டி கட்ட முடியாத நிலையில், கடன் கொடுத்த ஆதிக்க சமூகத்தைச் சேர்ந்தவன், செருப்பால் அடித்துள்ளான். காவல் நிலையத்தில் புகார் கொடுத்த பிறகு, வாபஸ் வாங்குமாறு நிர்பந்திக்கப்பட்டார். அமைப்பின் துணைத்தலைவர் கே.அருள்செல்வன் தலையிட்டு, கந்துவட்டிக் கடனில் இருந்து மீட்கப்பட்டார். கூடுதல் வட்டி வசூல் பணத்தையும் திரும்பப்பெற்றுக் கொடுத்தோம்.

கொத்தயம், வேலம்பட்டி: இவ்விரண்டு ஊர்களிலும் (தொப்பம்பட்டி ஒன்றியம்) தலித் அருந்ததியர் இன மக்கள் கந்துவட்டிக் கொடுமையால் பாதிக்கப்பட்டனர். கொடுத்த வரைக்கும் வட்டியைக் கழித்து, அசலைக் கொடுத்து மீட்பதில் கே.அருள்செல்வன், எம்.ராமசாமி ஆகியோர் முன்னணி வகித்தார்.

33

பஞ்சமி நில மீட்பும் தலித்துகளுக்கே ஒப்படைப்பும்

வெள்ளையர் ஆட்சிக் காலத்தில் 1829-ல் பட்டியல் இனம் மற்றும் பழங்குடியின மக்களுக்கு, நிபந்தனையின் பேரில் நிலமில்லாத குடும்பங்களுக்கு, சுமார் 12 லட்சம் ஏக்கர், பஞ்சமி நிலம் இலவசமாக வழங்கப்பட்டது. நமது மாவட்டத்தில் மட்டும் சுமார் 3,205 ஏக்கர் பஞ்சமி நிலம் பட்டியல் சாதி மக்களுக்காக வழங்கப்பட்ட நிலங்கள் அனைத்தும், நிபந்தனை விதிமீறலின்படி, பட்டியல் சாதி அல்லாத பிற சாதியினர் ஆக்கிரமித்து தங்களது கட்டுப்பாட்டில் வைத்துள்ளனர். மேலும் மாநில அரசே, அரசுக் கட்டிடங்களை இந்நிலத்தில் கட்டியிருப்பது, தவறான முன் உதாரணமாகும்.

ஆக்கிரமிக்கப்பட்ட பஞ்சமி நிலங்கள், வருவாய் வட்டம் வாரியாகக் கண்டறிந்து, மக்கள் போராட்டங்களைக் கட்டவிழ்த்து விடுவதன் மூலம், மீட்டெடுத்து எஸ்.சி., எஸ்.டி. பிரிவினருக்கு வழங்க வேண்டும்.

10.12.2018-ம் தேதி வேடசந்தூரில் நடந்த மாவட்ட மாநாட்டில் திண்டுக்கல் மாவட்டத்தில் உள்ள பஞ்சமி நிலத்தை மீட்பது என்ற முக்கிய தீர்மானத்தை நிறைவேற்றினோம். 03.08.2021-ம் தேதி தலித் விடுதலை இயக்கம் மாநிலத் தலைவர் கருப்பையா, ஆதிதமிழர் பேரவை மாநில கொள்கை பரப்புச் செயலாளர் தலித் சுப்பிரமணியுடன், நமது அமைப்பின் மாவட்டத் தலைவர் டி.முத்துசாமி, மாவட்டச் செயலாளர் எம்.ஆர். முத்துசாமி, பொருளாளர் ஆர்.வனஜா ஆகியோரும் மாவட்ட ஆட்சியர் மற்றும் ஆதிதிராவிடர் நல அதிகாரியை சந்தித்து மாவட்டம் முழுவதும் உள்ள, 3205 ஏக்கர் பஞ்சமி நிலத்தை தலித் மக்களுக்கு மீட்டுத்தர வேண்டும் என மனுகொடுத்து வற்புறுத்தி வந்தோம்.

திண்டுக்கல் மாவட்டம் ஒட்டன்சத்திரம் வட்டம் மண்டவாடி கிராமத்தில் 19.08.1937-ல் சர்வே எண் 303.11 1.77 ரா. சுப்புமாதாரிக்கும் 19.08.1937-ல் புல எண் 303.2ல் 1.07 பழனிமாதாரிக்கும் 22.12.1950-ல் புல எண்:302-ல் 3.77 பரமன்மாதாரிக்கும் 28.09.1970-ல் புல எண்:313-ல் 2.37 பெருமாள்மாதாரிக்கும், ஆக மொத்தம் 8 ஏக்கர் சர்வே 98 சென்ட் பட்டா கொடுக்கப்பட்டது. கடைசி நிலம் மட்டும் விதிமீறல் செய்து வேறு பணிக்கு பயன்படுத்தப்பட்டது. 2020-ல் தகவல் அறியும் உரிமைச் சட்டத்தின் மூலம் மனு கொடுத்து இந்த விவரம் அறியப்பட்டது.

அரசு தரிசு நிலமாக ஏக்கர் 7.20 சென்ட் அறிவிக்கப்பட்டது. 04.01.1921-ம் தேதி 7 பேருக்கு விவசாய உழவடை செய்ய வழங்குமாறு வலியுறுத்தி பழனி கோட்டாட்சியரிடம் மனுக் கொடுக்கப்பட்டது. கொரோனா நீண்டகால இடைவெளிக்குப் பிறகு, தீண்டாமை ஒழிப்பு முன்னணி செப்டம்பர் 30இல் பி.சீனிவாசராவ் நினைவு நாளன்று நேரடி இயக்கம் நடத்த முடிவுசெய்தோம்.

தீண்டாமை ஒழிப்பு முன்னணி, மாவட்டக் குழு 7 விவசாயக் குடும்பங்களின் கூட்டத்தை நடத்தி, சோளம் பயிரிட முடிவு செய்தது. செங்கொடி பறக்க டிராக்டர் களத்தில் இறங்கியது. பெண்கள் சோளம் விதைக்க, ஆண்கள் உடன் வர, எம்.ஆர்.முத்துசாமி தலைமையில் முன்னணித் தலைவர்கள் டி.செல்லக்கண்ணு உள்ளிட்டவர்கள் உள்ளே நுழையும்போது, காவல்துறை தடுத்தது. தடையை மீறி உள்ளே நுழையும்போது, தள்ளுமுள்ளு ஏற்பட்டது. காவல்துறை கவனத்தை திசைதிருப்ப டி.முத்துசாமி, கே.அருள்செல்வன், ஆர்.வனஜா, ஜி.ராணி ஆகியோர் சாலை மறியலில் ஈடுபட்டனர். காவல்துறை அங்கு ஓடியது." பெரியவர் நீங்களே எங்களைத் தள்ளிவிடுகிறீர்களே?" என்று இன்ஸ்பெக்டர், எம்.ஆர். முத்துசாமியைப் பார்த்துக் கோபத்துடன் முறைத்தார்.

ஒரு சில போலீஸ்காரர்கள், "வட்டாட்சியர் வரும் வரை விதைப்பதை நிறுத்துங்கள்" என்று மன்றாடினர். "இது எங்கள் நிலம், விதைப்பு நடக்கும். ஆட்சியர் வந்தால்தான் விதைப்பு நிற்கும்" என எம்.ஆர். முத்துசாமி கூறினார். பழனி கோட்டாட்சியர் அவர்கள் நேரடியாக வந்து போராட்டக்காரர்களை சந்தித்து, "இந்த நிலப்பிரச்சனை எங்கள் சக்திக்கு அப்பாற்பட்டது. நிலத்தின் விலை மதிப்பு அளவிட முடியாதது. எனவே நாங்கள் இதைப் பேச

முடியாது. நான் கலெக்டர் மீட்டிங் போகணும்” என்று விடை பெற்றுக்கொண்டார்.

வட்டாட்சியருடன் நடந்த பேச்சுவார்த்தையில், “கருப்புசாமி கவுண்டர் வழக்கு உயர் நீதிமன்றத்தில் இருப்பதால், அதனைத் தவிர்த்து, மீதி நிலத்தை வழங்குவது குறித்து, கோட்டாட்சியருக்கு அறிக்கை அனுப்பலாம்” என்று பேசி முடிக்கப்பட்டது.

முதல்வர் முதல் வட்டாட்சியர் வரை மனு அனுப்பியுள்ளோம். நேரில் சந்தித்து வலியுறுத்திப் பேசினோம். பயிர் நான்கு மாதங்களில் ஆள் உயரம் வளர்ந்தது. அதற்குள் பிரச்சனை முளைத்தது. அமைச்சர் அந்நிலத்தை வீட்டடி மனையாக மாற்றி வழங்க இருப்பதாக தகவல் பரவியது. நாமும் களத்தில் இறங்கி இரண்டு முறை ஊர்க்கூட்டம் நடத்தினோம். மண்டவாடி கிராமத்தில் உள்ள ஐந்து எஸ்.சி.காலனிகளிலும் காப்பிளியப்பட்டி, அம்பிளிக்கை ஊராட்சியிலும் மக்களைச் சந்தித்து 100 பேரிடம் வீட்டடி மனை வழங்கிடக்கேட்டு மனு வாங்கி, வட்டாட்சியர் அலுவலகத்தில் ஆர்ப்பாட்டம் நடத்தினோம். ஆதிதிராவிடர் நலத்துறை அதிகாரி, வட்டாட்சியர், மாவட்ட ஆட்சியர், கோட்டாட்சியர்களுக்கும் மனுக் கொடுத்துப் பேசினோம். மீண்டும் மீண்டும் மனுக் கொடுத்தும் நேரில் சந்தித்தும் வலியுறுத்தி, வற்புறுத்திப் பேசினோம்.

விவசாயிகளுக்கு நில ஒப்படைப்பு வழங்க மீண்டும் முடிவு செய்து, களத்தில் இறங்கினோம். 22.03.2022-ம் தேதி சென்னை தலைமைச் செயலகத்தில் சமூக நலத்துறை ஆணையரையும், எழிலகத்தில் நில அளவை செயலாளரையும் சந்தித்து மனுக் கொடுத்துப் பேசிவந்தோம். பயனாளிகள் நான்கு பேர் வந்தனர்.

தமிழக உணவு அமைச்சர் சக்கரபாணி அவர்களுடைய தொகுதியின் பிரச்சனை என்பதால் அவரையும் நேரில் சந்தித்து, “நமது மனுதாரர்கள் 100 பேருக்கும் குடிமனைப் பட்டா வழங்க

வேண்டும்" எனக் கூறினோம். அவரும் நமது கோரிக்கைகளை ஏற்றுக்கொண்டார். மேலும் இதுகுறித்து அடுத்த கட்ட நடவடிக்கைக்குப் பேசி செல்லவேண்டி இருக்கிறது.

34
மதவெறி சக்திகளை முறியடிப்போம்! மனித சங்கிலியாய் ஒருங்கிணைவோம்!

மராட்டியத்தை ஆண்ட மாமன்னர் சிவாஜியின் வீழ்ச்சிக்குப் பிறகு அரியணை ஏறிய பிராமணிய பேஷ்வாக்களின் ஆட்சியில் சாதி வெறி தலைவிரித்தாடியது. அம்பேத்கரின் மகர் சமூகம் உள்ளிட்ட அனைத்து தலித் மக்களும் சொல்லொண்ணா துயரங்களுக்கு ஆளானார்கள். இந்நிலையில் 20 ஆயிரம் வீரர்களைக் கொண்ட பேஷ்வா படைகளை அடக்கி, ஆட்சியை கைப்பற்ற 834 பேர் கொண்ட பீமா மிலிட்டரியை பிரிட்டிஷார் உருவாக்கினர்.

1818-ல் நடைபெற்ற போரில் இந்த 834 தலித்துகள் சாதி ஆதிக்க வெறிகொண்ட பேஷ்வா படையை எதிர்த்து நடத்திய போரில் தாங்கள்தான் வீரமிக்கவர்கள் என்றும், பிறப்பிலேயே அறிவாளிகள் என்றும், ஆரியத் திமிரோடு கர்வத்துடனிருந்த படைகளை சிதறி பின்வாங்கி ஓட வைத்தது மகர் படை. அந்த மோதலில் வீரமரணமடைந்த 49 மகர் தலித் இளைஞர்களுக்கு நினைவாக 'கோரேகான்' என்னும் கிராமத்தில் பிரிட்டிஷார் மிக பிரமாண்டமாக நினைவுச் சின்னம் அமைத்தனர்.

ஒவ்வொரு ஆண்டும் ஜனவரி 1-ம் தேதி இந்த நினைவுச் சின்னத்திற்கு அஞ்சலி செலுத்த லட்சக்கணக்கான மகர் சமூக மக்கள் திரள்கிறார்கள். இந்த அஞ்சலி நிகழ்ச்சியை காவிக்கூட்டத்தால் பொறுத்துக்கொள்ள முடியவில்லை. பிரிட்டிஷாருக்கு ஆதரவாகவும். இந்திய ஆட்சியாளர்களுக்கு எதிராகவும் போரிட்டு மடிந்த தலித் மக்களின் நினைவுச் சின்னம், ஒரு தேச விரோதச் சின்னம் என்று கதை கட்டி, ஆர்.எஸ்.எஸ். சங் பரிவார் கூட்டம், ஒன்றிய பாஜக அரசின் ஆசிர்வாதத்தோடு, அந்த நிகழ்ச்சியில் கலவரத்தைத் தூண்டியது. இந்தக் கலவரத்தில் ஒருவர் கொல்லப்பட்டார்.

இந்த சம்பவத்தையொட்டி, வழக்குக்குத் தொடர்பில்லாத சமூக செயல்பாட்டாளர்கள், கவிஞர்கள், முற்போக்காளர்களான கௌதம் நவலகா, ஆனந்த்டெல்டும்டே, ஹனிபாபுரமேஷ்காய்ச்சர், ஜோதி ஜக்டப், ஸ்டென்சாமி, மிலிந்த்டெல்டும்டே, சுதாபரத்வாஜ், கவிஞர் வரவரராவ், வெர்னோன்கல்சால்வஸ் உள்ளிட்ட 16 பேர்

மீது உ.பா.சட்டத்தின்கீழ், 40 பிரிவுகளில் வழக்குப்பதிவு செய்தது. பின்னர் புனே காவல்துறை, இந்த வழக்கை தேசியப்புலனாய்வு ஏஜென்சியான என்.ஐ.ஏ.விடம் ஒப்படைத்தது. இவர்களைக் கைது செய்த என்.ஐ.ஏ. 34 பிரிவுகளின்கீழ் 10 ஆயிரம் பக்கங்கள்கொண்ட குற்றப்பத்திரிக்கையை சிறப்பு நீதிமன்றத்தில் தாக்கல் செய்தது.

இவர்களது ஜாமீன்களை சிறப்பு நீதிமன்றம் நிராகரித்தது. சமூகப் போராளி நவ்லகாவுக்கு காஷ்மீர் தீவிரவாதிகளோடும், பாகிஸ்தான் உளவு அமைப்புகள், மாவோயிஸ்டுகளோடும் தொடர்பு இருப்பதாக குற்றம் சாட்டப்பட்டது. டெல்லி பல்கலைக்கழகப் பேராசிரியராக இருக்கும் ஹனிபாபு தனது மாணவர்களை மாவோயிஸ்ட் சிந்தனையின்பால் ஈர்க்க முயன்றதாக குற்றச்சாட்டு. தமிழ்நாட்டைச் சேர்ந்த 83 வயதான ஸ்டென்ஸ்சுவாமி ஜார்க்கண்ட் ஆதிவாசி மக்களுக்காகப் போராடியவர். அவரையும் இந்த வழக்கில் சிக்க வைத்துள்ளனர். கடந்த மாதம் மோடி அரசின் சித்ரவதை தாங்காமல் சிறையில் அவர் உயிரிழந்துள்ளார். அவருக்கு மருத்துவ சிகிச்சை அளிக்கவும் மறுத்து விட்டார்கள்.

உலகம் முழுவதும் ஸ்டென்ஸ்சுவாமியின் மரணத்திற்குக் காரணமான மோடி அரசுக்கு கண்டனங்கள் தெரிவிக்கப்பட்டுள்ளன. மோடி அரசின் காட்டுமிராண்டித்தனமான மனித உரிமை மீறல்களுக்கு எதிராக நாடு முழுவதும் கண்டனக் குரல்கள் எழுப்பி வரும் நிலையில் ஸ்டென்ஸ்சுவாமியோடு கைது செய்யப்பட்டு சிறையில் சித்ரவதைகளுக்கு ஆளாகி வரும், இந்த 15 பேரையும் விடுதலை செய்ய வேண்டும் என்று வலியுறுத்தி, இடதுசாரி கட்சிகள் மற்றும் ஜனநாயக முற்போக்கு சக்திகள் மக்களை அணிதிரட்டி வருகின்றன.

அதன் ஒரு பகுதியாக தமிழ்நாடு தீண்டாமை ஒழிப்பு முன்னணியின் முயற்சியால் பீமா கொரேகான் சதி வழக்கில் சிறை வைக்கப்பட்டோர் விடுதலை இயக்கம் உருவாக்கப்பட்டுள்ளது. இதில் அனைத்து இயக்கங்களும் பங்கேற்கும் மனிதச் சங்கிலி போராட்டம் வருகிற செப்டம்பர் 15-ம் தேதி நடைபெறுகிறது. 'இந்த மனிதச் சங்கிலி போராட்டத்தில் பங்கேற்று தங்களின் கண்டனக் குரல்களை எழுப்பிட திரளாகப் பங்கேற்க அழைக்கிறோம்' என்று, தமிழ்நாடு தீண்டாமை ஒழிப்பு முன்னணி திண்டுக்கல் மாவட்டக் குழு, 2,000 துண்டுப் பிரசுரங்கள் வெளியிட்டது. மார்க்சிய, பெரியாரிய, அம்பேத்காரிய அமைப்புகளுக்கு அழைப்பு விடப்பட்டு, மூன்று முறை தயாரிப்புக் கூட்டம் நடத்தப்பட்டது.

15.09.2021 புதன் காலை 10 மணிக்கு திண்டுக்கல் மணிக்கூண்டு அருகில் கொரேகான் சதிவழக்கில் கைது செய்யப்பட்டவர்களை விடுதலை செய்யக்கோரி தோழர் கே.பாலபாரதி தலைமையில் அருட்தந்தை பிலிப்சுதாகர் முன்னிலையில் மாபெரும் மனித சங்கிலி போராட்டம் நடைபெற்றது. இலக்கிய சாரல் சார்பாக சகோதரி குழந்தை தெரசா மற்றும் சிறுபான்மை நலக் குழு அகில இந்திய ஜனநாயக மாதர் சங்கம், தமிழர் சமூக நீதிக் கழகம், தந்தைப் பெரியார் திராவிடக் கழகம், தமிழ் புலிகள் கட்சி, தலித் விடுதலை இயக்கம், விடுதலை சிறுத்தைகள் கட்சி, திராவிட கழகம், இந்திய தொழிற்சங்க மையம், தமிழ்நாடு விவசாயிகள் சங்கம், அகில இந்திய விவசாய தொழிலாளர் சங்கம், ஆதித்தமிழர் பேரவை, ஆதித்தமிழர் கட்சி, மக்கள் ஒற்றுமை மேடை, இந்திய ஜனநாயக வாலிபர் சங்கம், இந்திய மாணவர் சங்கம், தமிழ்நாடு முற்போக்கு எழுத்தாளர் கலைஞர்கள் சங்கம், தமிழ்நாடு அனைத்து வகை மாற்றுத்திறனாளிகள் பாதுகாப்புச் சங்கம், தமிழ்நாடு கலை இலக்கியப் பெருமன்றம், பகுஜன் சமாஜ் கட்சி, தமிழக ஜனநாயகக் கட்சி, அம்பேத்கர் கல்வி மையம், புரட்சிகர இளைஞர் முன்னணி தலித் கூட்டமைப்பு மற்றும் பல்வேறு குழுக்களும், தனி நபர்களும் மனிதசங்கிலியில் இணைந்துகொண்டனர்.

மாபெரும் மனிதச் சங்கிலியை உருவாக்குவதில் தமிழ்நாடு தீண்டாமை ஒழிப்பு முன்னணியின் மாவட்டச் செயலாளர் எம்.ஆ.முத்துசாமி, மாவட்டத் தலைவர் டி.முத்துசாமி, மாவட்டப் பொருளாளர் ஆர்.வனஜா, மாவட்ட நிர்வாகிகள், கே.அருள்செல்வன், எம்.குருசாமி ஆகியோர் பெரும் முயற்சி செய்தனர். மார்க்சிஸ்ட் கம்யூனிஸ்ட் கட்சியின் திண்டுக்கல் மாவட்டச் செயலாளர் ஆர்.சச்சிதானந்தம் சிறப்புரையாற்றினார்.

திண்டுக்கல் நகரத்தில் காமராஜர் சிலையில் இருந்து மாநகராட்சி அலுவலகம் வரை 800-க்கும் மேற்பட்டோர் கலந்துகொண்டது மிகவும் சிறப்புக்குரியது.

பகுதி – III

சாதிமறுப்புக் காதல் திருமணம்

1

க.தெய்வேந்திரன், டி.முல்லை

வத்தலகுண்டு ஒன்றியம், பழைய வத்தலகுண்டு கிராமத்தில் ஹோமியோபதி வைத்தியர் கருப்பையாவுக்கும், பாப்பாத்தி அம்மாளுக்கும் 1964-ம் ஆண்டில் தெய்வேந்திரன் பிறந்தார். சமயநல்லூர் அரசு மேல்நிலைப்பள்ளியில் 9-ம் வகுப்பு முதல் 12-ம் வகுப்பு வரை படித்தபோது, திராவிடர் கழகத்தில் ஈர்ப்பு ஏற்பட்டு, 11-ம் வகுப்பு படிக்கும்போது தி.க. மாணவர் அமைப்பில் இணைந்தார். பிராமண ஆசிரியர் ஒருவர் அரசு மாணவர் இல்லத்தில் தங்கி இருக்கும் தலித் மாணவர்களை தன் வீட்டு மாட்டுக் கொட்டகைகளை சுத்தப்படுத்தும் வேலைக்கு அழைத்ததை எதிர்த்து தடுத்து நிறுத்தினார்.

மதுரை அரசு தொழிற்பயிற்சி நிலையத்தில் படித்தபோது திராவிட கழகப் பணிகளில் பங்கு எடுத்து, "சாதியும், சாமியும் ஒழிக்கப்பட வேண்டியவை" என்று பிரச்சாரம் செய்தார். 1985-ல் DYFI-ல் இணைந்து 1996 வரை செயல்பட்டு மார்க்சிஸ்ட் கம்யூனிஸ்ட் கட்சியில் இணைந்தார். பைகாரா தனியார் நிறுவனத்தில் வேலை பார்த்துக்கொண்டே மார்க்சிஸ்ட் கம்யூனிஸ்ட் கட்சி வேலைகளில் ஈடுபட்டார். அவருடைய நண்பர் வேளாண்மைத் துறையில் பணியாற்றினார். அவர், "எங்கள் துறையில் பணியாற்றுகிற முல்லை என்ற பெண், தந்தை இல்லை, அம்மா பராமரிப்பில் வாடகை வீட்டில் வாழ்ந்து வருகிறார்கள். அக்குடும்பம் காரைக்குடி நாட்டுக்கோட்டை செட்டியார் என்னும் உயர்வகுப்பைச் சேர்ந்தவர்கள்" என்று சொன்னார்.

தெய்வேந்திரன் அந்த நண்பருடன் முல்லை என்ற பெண்மணியைப் பார்க்க அலங்காநல்லூர் சென்றார். அவரது தாய்மாமன் டாக்டர். P.ஆறுமுகம் MBBS மார்க்சிஸ்ட் கம்யூனிஸ்ட் கட்சியை சேர்ந்தவர். மலைவேடன், பழங்குடியின சங்கத் தலைவரும் அவருடன் சென்றார். அவர்கள் வீட்டில் "வரதட்சணை கிடையாது" என்றனர். தெய்வேந்திரன் அதை ஏற்றுக்கொண்டார்.

திருமணத்திற்குப் பின் பெண்ணின் குடும்பத்தைப் பராமரிக்க அனுமதிக்க வேண்டும்" என்றார்கள் தெய்வேந்திரனும், "தனது கட்சிப் பணிகளுக்கு இடையூறாக இருக்கக் கூடாது" என்றார். அவர்களும் ஏற்றுக்கொண்டனர். உறவினர்கள், தோழர்கள் பேசி திருமணம் நிச்சயிக்கப்பட்டது.

23.05.1996 அன்று வத்தலகுண்டில் சி.பி.ஐ.எம். மதுரை மாவட்டச் செயலாளர் P.மோகன் தலைமையில் அவர்களது திருமணம் நடைபெற்றது. பெண்ணுடைய சித்தப்பா அவர்களது திருமணத்தில் கலந்துகொண்டார். அதன் பிறகு டி.ஒய்.எப்.ஐ.ல் ஒன்றிய செயலாளராக பழங்குடி மலைவேடன் சங்கம் பணிகளை செய்துவந்தார். இதற்கு மத்தியில் முல்லைக்கு நத்தத்தில் பணி மாறுதல் கிடைத்தது. 2008-ம் ஆண்டில் அதிகாரியாகப் பதவி உயர்வு கிடைத்தது. பல மடங்கு சம்பளமும் கூடியது.

இரண்டு பெண் குழந்தைகள் பிறந்தார்கள். சம்பள உயர்வு, உயர்குடிப் பிறப்பும் சேர்ந்து, இவரைப் பிரிந்து அவரது பிறந்த மண்ணான அறந்தாங்கியில் குடியேறி விட்டார்கள். தெய்வேந்திரன் பழங்குடி மலைவேடனாக இருப்பதால் அவர்கள் சமூகத்தில் ஏற்றுக்கொள்ள மாட்டார்கள் என்பதற்காக மட்டும் இன்றி, தன் குழந்தைகள் நலனுக்காகவும் ஒதுங்கிக்கொண்டார்கள். 2016-முதல் சொந்த ஊரான பழைய வத்தலகுண்டில் குடியிருந்து வருகிறார். தற்போது வத்தலகுண்டு ஒன்றியன் செயலாளராக செயல்பட்டு வருகிறார் தெய்வேந்திரன்.

2

எம்.ஆர்.டி.விஜய், வி.தாவிதா

எம்.ஆர். தெண்டாயுதம் மார்க்சிஸ்ட் கம்யூனிஸ்டு கட்சியின் மாவட்டக்குழு உறுப்பினர், வேடசந்தூர் ஒன்றிய கமிட்டிச் செயலாளர், எரியோடு பேரூராட்சி துணைத்தலைவர், இரண்டு முறை வார்டு உறுப்பினர், எல்.ஐ.சி. முகவர், மிட்டாய்க் கடை உரிமையாளர், எம்.ஆர்.முத்துசாமி தம்பி என்ற பல பரிமாணங்களுக்கு சொந்தக்காரர். அவருடைய மூத்த மகள் கீர்த்தியை நல்ல குடும்பத்தில் திருமணம் செய்து கொடுத்து விட்டார்.

15.04.98-ல் அவரது மனைவி இரண்டாவதாக மகனைப் பிரசவித்து விட்டு இறந்துவிட்டார். அவருடைய தாத்தா, ஆச்சி குடும்பம் பையனை பராமரித்து வளர்த்தெடுத்தது. விஜய் தற்போது ஓட்டலில் வேலை பார்த்து வருகிறான். வடமதுரையில் இருந்து பி.வி.எம்.ல்

தினசரி எரியோட்டிற்கு வருகிற போது அதே ஊரில் இருந்து, எரியோடு அரசு கலைக்கல்லூரிக்கு கல்வி பயில வரும் மாணவி தாவிதா, தலித் கிறிஸ்தவ குடும்பத்தைச் சேர்ந்தவர். இரண்டு குடும்பமும் பக்கத்து வீடாக இருந்ததால் சிறு வயதில் ஏற்பட்ட பழக்கம் நட்பாகி, கடந்த 3 ஆண்டுகளாக காதலாக மாறியது.

தாவிதாவின் வளர்ச்சியில் எம்.ஆர்.தெண்டாயுதம் மகன் விஜய் ஆழ்ந்த அக்கறை செலுத்தினான்.

20.12.2020 அன்று எம்.ஆர். தெண்டாயுதம் மறைந்துவிட்ட நிலையில், அவரது குடும்பத்தினர், உறவினர்கள் அனைவரும் இத்திருமணத்தை நிராகரித்து விட்டனர். மணமகள் குடும்பத்தினருடன் தொடர்ந்து பேசி, அவர்களை சம்மதிக்க வைத்தோம். காலமோகொரோனா காலம் 2021-மே 23 வரை தளர்வுகளுடன் ஊரடங்கு 24-ல் தளர்வுகளற்ற புயல் உருவாகுதல் என்ற செய்தி, இறுதியாக 24.05.2021-ஆம் தேதி வேடசந்தூர் இடைக்கமிட்டிச் செயலாளர் எம்.முனியப்பன், வடமதுரை இடைக்கமிட்டிச் செயலாளர் எம்.மலைச்சாமி, பெரியப்பாவாகிய எம்.ஆர்.முத்துசாமியும், தாய்மாமன் லட்சுமணனும் சேர்ந்து பெண்ணின் தாயார், அக்கா, பாட்டி இன்னும் இருவராக 9 பேர் மட்டுமே இருந்து திருமணத்தை கல்லாத்துபட்டி சி.எஸ்.ஐ. ஆலயத்தில் நடத்தி வைத்தனர். வடமதுரையில் இருவரும் தம்பதியாக குடும்பம் நடத்தி வருகின்றனர். தாவிதா ஜெராக்ஸ் கடையில் வேலை பார்த்து வருகிறார்.

3

ஆர்.சரத்குமார், வி.லீலாவதி

திண்டுக்கல் மாவட்டம் கோட்டூர் ஆவாரம்பட்டியைச் சார்ந்த ராஜவேல், முத்தனம்பட்டியைச் சார்ந்த சாந்தி ஆகியோரின் மூத்த மகனாக சரத்குமார் 02.01.1991-ல் பிறந்தார் 12-ஆம் வகுப்பு வரை படித்தார். சரத்குமார் தாத்தா சாமிகண்ணு, பாட்டி பாக்கியம்மாள் ஆகிய இருவரும் அந்தக் காலத்திலேயே சாதிமறுப்புத் திருமணம் செய்தவர்கள்.

தோழர் எஸ்.வீராச்சாமி அவருடைய தந்தை மார்க்சிஸ்ட் கம்யூனிஸ்ட் இயக்கத்தில் அரை நூற்றாண்டு காலமாக செயல் ஆற்றி வருகிறார்கள். அவரது துணைவியார் தனலட்சுமி ஜனநாயக மாதர் சங்கத்தின் வேடசந்தூர் தாலுகாவில் தலைவராக பல ஆண்டு காலமாகப் பணியாற்றியவர். இன்றும் மார்க்சிஸ்ட் கட்சி உறுப்பினராகவும் நீடிக்கிறார்.

சரத் அப்பா தோழர் ராஜவேல் ஆட்டோ ஓட்டுநராகவும், சி.ஐ.டி.யூ.யின் மாவட்டப் பொருளாளராகவும் இருந்தார். அம்மா

சாந்தி 11-வது வார்டு திண்டுக்கல் நகரில் கிளைச்செயலாளராகப் பணியாற்றியவர். கடந்த ஜனநாயக மாதர் சங்க மாவட்ட மாநாட்டுக்கு முன்பு மாவட்டக்குழு உறுப்பினராகப் பணியாற்றியும் உள்ளார். தோழர் சரத்குமாருக்கு ஒரு தங்கையும், ஒரு சகோதரனும் உள்ளனர். தோழர் சரத்குமார் குடும்பத்தில் அனைவருமே சாதி மறுப்புத் திருமணம் முடித்தவர்கள் என்பது குறிப்பிடத்தக்கது.

தோழர் வீராச்சாமிக்கு ஐந்து பெண் குழந்தைகளும், ஓர் ஆணும் உள்ளனர். கருங்கல் ஊராட்சிமன்றத் தலைவராகவும் ஐந்து ஆண்டு காலம் சிறப்பாகப் பணியாற்றியுள்ளார். தமிழ்நாடு விவசாய சங்கத்தில் ஒன்றிய நிர்வாகி ஆகவும் செயல்பட்டு வருகிறார். வீராச்சாமியின் புதல்விகள் சசிரேகா மற்றும் மைதிலி வாலிபர் சங்கத்தில் செயல்பட்டபோது, அதே அரங்கத்தில் பணியாற்றி வந்த திண்டுக்கல் காமராஜபுரத்தைச் சேர்ந்த சரத்குமார் ஆகியோர்களுக்கு இடையே ஏற்பட்ட நட்பு காலப்போக்கில் அவர்களுடைய சகோதரிகளில் ஒருவரான லீலாவதியுடன் பழகும் வாய்ப்பும், ஏற்பட்ட ஈர்ப்பும் காதலாக மாறியது.

திண்டுக்கல் உறவினர்கள், தோழர்கள் ஆதரவுடன் திருமணம் செய்துகொண்டார். இன்று அவருக்கு ஓர் ஆண் குழந்தை உண்டு மார்க்சிஸ்ட் கம்யூனிஸ்ட் கட்சியின் திண்டுக்கல் ஒன்றியச் செயலாளராக செயலாற்றி வருகிறார். அவரது மனைவி லீலா, அழகு நிலையம் ஒன்றை நடத்தி வருகிறார்.

4

தி.வினோத், நித்யா

திண்டுக்கல் ஒன்றியம், அகரம் பேரூராட்சி, உலகம்பட்டி SC (a) திருமலைச்சாமி-பாக்யம் ஆகியோரின் மூத்த புதல்வன் வினோத். அவருக்கு ஒரு தங்கையும், தம்பியும் உண்டு. திருமலைசாமி நீண்ட கால கட்சி உறுப்பினர், பாக்யம் ஜனநாயக மாதர் சங்கத்தில் திண்டுக்கல் ஒன்றிய தலைவராக இருந்து வருகிறார். அங்குள்ள ஆரம்ப பள்ளியில் வினோத் படித்து வந்தார். சுக்காம்பட்டியில் ஆதிக்க சமூகத்தை சேர்ந்த இரண்டு பெண் குழந்தைகள். அதில் மூத்த பெண் நித்யா அதே பள்ளியில் படித்து வந்தார். உயர் நிலைக்கல்வி இருவரும் ஒரே வகுப்பில் படித்து வந்தனர். ஒன்பதாம் வகுப்பு படிக்கும் போது பழகி அவர்களுக்குள் ஏற்பட்ட ஈர்ப்பு மேல்நிலைக்கல்வி கற்கும் போது மேம்பட்டு காதலாக மாறியது.

நித்யா MBA படிக்கும் போது இவர்கள் காதல் பலமடைந்தது. நித்யாவுக்கு கார்ப்ரேட் கம்பெனியில் உதவிமேலாளர் பணி

கிடைத்தது. வினோத், தனியார் பேருந்தில் நடத்துனராக பணியாற்றி வந்தார்.

நித்யாவின் தந்தை பிரபு மில்லில் பணியாற்றிக் கொண்டிருந்தார். உயர் வகுப்பாக இருந்த போதும் நல்ல பண்புள்ளவராக இருந்தார்.

வினோத் குடும்பம் கம்யூனிஸ்ட் குடும்பம் என்ற முறையில், இரண்டு குடும்பத்தினர் சம்மதத்துடன், மார்க்சிஸ்ட் கம்யூனிஸ்ட் மாவட்ட செயலாளர் தோழர் N.பாண்டி, ஒன்றிய செயலாளர் தோழர் டி.அஜய் கோஷ் மற்றும் தோழர்.ஆர்.சச்சிதானந்தம் ஆகியோர் இருந்து 2015-ல் இருவருடைய திருமணத்தை நடத்தி வைத்தனர்.

இருந்தாலும் ஊரில் ஜாதி பிரதிநிதிகள் சிற்சில தொந்தரவு கொடுத்தனர். மதுரை உயர்நீதிமன்றத்திற்கு வழக்கு எடுத்துச் செல்லப்பட்டு, நித்யாவை விசாரித்து, நீதிமன்றம் திருமணத்தை உறுதி செய்தது.

தோழர் அஜய் இக்குடும்பத்தை பாதுகாப்பதில் உறுதுணையாய் இருந்தார். இத்தம்பதியினர் இருவரும் கட்சி உறுப்பினராக செயல்படுகின்றனர். தோழர் நித்யாவுக்கு கட்சி உதவி செய்து, அரசாங்க கல்வி திட்டத்தில் வேலை பார்த்துக் கொண்டிருக்கிறார். தோழர் வினோத் கட்டிடப் பணி செய்து கொண்டிருக்கிறார்.

இவர்களுக்கு 2020-ல் நிதர்சன் என்ற ஆண் குழந்தை பிறந்தது, 2021-ல் பிறந்த இரண்டாவது ஆண் குழந்தை திண்டுக்கல் ஒன்றிய கட்சி மாநாட்டில் மாநில செயலாளர் தோழர் மு.பாலகிருஷ்ணன் அவர்கள், லெனின் நிதர்சன் என்று பெயர் சூட்டினார்.

வேடசந்தூர் ஒன்றியம் ஸ்ரீராமபுரம் ஊராட்சி கொல்லனூரைச் சேர்ந்த சு.கோவிந்தன் மகாலட்சுமி தம்பதிகளின் மூத்த மகனாக கிருஷ்ணமூர்த்தி பிறந்தார். அவருடன் பிறந்தவர்கள், ஒரு தம்பியும் தங்கையும். அவர் கல்லூரியில் படிப்பிற்காக பழனி கட்சி அலுவலகத்தில் தங்கியிருந்தார். மேல்நிலைப்பள்ளி எரியோட்டில் படிக்கும் போதே SFI முன்னணி தோழராக இருந்தார். SFI மாநில செயற்குழு, மாவட்ட தலைவர், செயலாளர் பொறுப்பை வகித்தார்.

பழனி ஒன்றியம், A.கலையம்புத்தூர் ஊராட்சி அழகாபுரியை சேர்ந்த (லேட்).A.செல்வன் லட்சுமி தம்பதியினரின் புதல்வி பொன்மதியும் பழனி கல்லூரியில் படித்து வந்தார். SFI-ல் தீவிரமாகச் செயல்பட்டதால், மாநில துணை செயலாளராகவும் பொறுப்பு வகித்தார். தோழர் கிருஷ்ணமூர்த்தி இரண்டு ஆண்டு ஜீனியர் இருவரும் ஒரே அரங்கத்தில் செயல்பட்டதால், அரசியல், சமூகம், குடும்பம் குறித்து ஒத்த கருத்துடன் இருந்ததால் நட்பு, தோழமை என்று வளர்ந்து அது காதலாக மாறியது.

இயக்க ஈடுபாடு, கொள்கை பிடிப்பும் காரணமாக கட்சியிலும், மாவட்டக் குழு உறுப்பினராகவும், வேடசந்தூர் ஒன்றியக் கமிட்டியிலும் செயல்பட்டார். இயக்கத்தில் இருவரும் இணைந்து செயலாற்றியது, இருவரும் திருமணம் செய்து கொள்வது என்றும் பிறகு முடிவு செய்தனர். இருவேறு சமூகமாக இருப்பதால் இறுதிவரை ஒரேபாதையில் நடைபோட உறுதி ஏற்றுக் கொண்டனர். இரு குடும்பத்திலும் பேசுவது என முடிவு செய்தனர். தோழர் பொன்மதி வீட்டில் பேசும் போது அவரது தாயார் மிகவும் கவலைப்பட்டார். உயிருக்கு ஆபத்து வந்து விடுமோ என்று பயந்தார். பிறகு கட்சி தலையிட்டு பேசிய பிறகு சம்மதித்தார்.

தோழர் கிருஷ்ணமூர்த்தி வீட்டிலும், உறவினர்கள் மத்தியிலும் கடும் எதிர்ப்பு வரும் என்பதால், கட்சி உதவியுடன் திருமணம் செய்வதென முடிவுக்கு வந்தனர். கொரோனா காலமாகவும் இருந்தது.

குழிலியம்பாறை ஒன்றிய கட்சி அலுவலகமான பாளையத்தில் தோழர் பொன்மதியின் உறவினர்கள், நண்பர்கள் நமது தோழர்கள் கலந்து கொண்டு எளிய முறையில் திருமணம் நடைபெற்றது. குழிலியம்பாறை பதிவு அலுவலகத்தில் அன்றே திருமணம் பதிவு செய்யப்பட்டது. இரண்டு ஆண்டை கடந்து இல்லற வாழ்க்கை இனிதே நடைபெற்று வருகிறது.

<h1 style="text-align:center">5</h1>

<h2 style="text-align:center">அ.அழகர் ராஜா, எம்.மோகனவள்ளி</h2>

தேனி மாவட்டத்தைச் சேர்ந்த அய்யர்- மாடத்தி ஆகியோரின் மகன் அ.அழகர்ராஜா. இவர் தனது கல்லூரி படிப்பிற்காக திண்டுக்கல் மாவட்டத்தில் உள்ள ஒரு தனியார் கல்லூரியில் விடுதியில் தங்கி SFI இபடிப்பை படித்துக்கொண்டிருக்கிற வேளையில் SFI தோழர்களுடன் தொடர்பு ஏற்பட்டு SFI ல் உறுப்பினராகி SFI பணிகளில் கலந்துகொண்ட நிலையில் தனது பட்டப்படிப்பு முடிந்தபின் சொந்த ஊருக்குச் செல்லாமல் திண்டுக்கல்லிலே பட்டமேற்படிப்பையும் பழனியாண்டவர் கல்லூரியில் சேர்ந்து படித்துக்கொண்டு SFI ல் தன்னை ஈடுபடுத்திக் கொண்டார். அந்த சமயத்தில் திண்டுக்கல் மாவட்ட CPIM கட்சி அலுவலகத்தில் அலுவலகசெயலாளராக இணைந்தார். பின்

கட்சியில்மாவட்டக்குழு உறுப்பினராகவும், முழுநேர ஊழியராகவும் தன்னை ஈடுபடுத்தி பணியாற்ற தொடங்கினார்.

அப்போது திண்டுக்கல் மாவட்டத்தைச் சேர்ந்த முத்துச்சாமி-தனலட்சுமி ஆகியோரின் மகள் மு.மோகனவள்ளி தனது பட்டப்படிப்பான திண்டுக்கல்லில் B.Sc., இயற்பியல் படித்துக்கொண்டிருந்தபோது SFI ல் தொடர்பு ஏற்பட்டு SFI நிகழ்வுகளுக்கு வந்து போன நிலையில் கட்சி அலுவலகத்தில் இருந்த தோழர். அழகர்ராஜா மீது நட்பு ஏற்பட்டு பிறகு காதலாக மலர்ந்தது. படிப்பு முடிந்த நிலையில் மேற்படி மோகனவள்ளி வீட்டில் அந்தப்பெண் விரும்புவது தெரியும்பட்சத்தில் வேறு சமுதாயத்தைச் சார்ந்தவர் என்ற காரணத்தால் திருமணம் செய்து வைக்கமாட்டார்கள் என்றும், அதிகபட்ச எதிர்ப்பையும் தெரிவிப்பார்கள் என்று எண்ணி வீட்டை விட்டு வெளியே சென்று திருமணம் செய்ய யோசித்தார் அந்தப்பெண்.

இரண்டு வருட காதல் நிலையில் சூழ்நிலையைத்தெரிந்துகொண்ட அழகர்ராஜா கட்சியின் ஒத்துழைப்போடும், நண்பர்களின் உதவியோடும் மே-22-2016 ல் திருமணம் செய்து, பதிவும் செய்து கொண்டனர். இந்த தகவல் அறிந்த பெண் வீட்டார் கட்சி

அலுவலகத்திற்கு வந்து விசாரித்ததில் வேறு சமுதாயத்தைச் சேர்ந்த பையன் எனத் தெரிந்ததும், எதையும் யோசிக்காமல் எங்கள் பெண் பிள்ளை எங்களுக்கு வேண்டாம் என முடிவெடுத்து பத்திரம் முடித்துக்கொண்டனர்.

வேறு சமுதாயத்தைச் சார்ந்த ஒருவரை திருமணம் செய்துகொண்ட காரணத்தால் குடும்பத்திலிருந்து முற்றிலும் ஒதுக்கப்பட்டார் அந்தப்பெண்.பின் தம்பதிகள் ஓரிரு மாதங்களில் தோழர்கள் உதவியோடு திண்டுக்கல்லில் ஒரு வாடகை வீடு எடுத்து வசித்து வந்தனர். பல்வேறு குடும்ப சூழ்நிலை, பொருளாதார நெருக்கடிக்கு மத்தியில் தங்கள் வாழ்க்கையை புரிந்துகொண்டு மகிழ்வுடன் வாழ்ந்தனர்.

வாழ்க்கையோடும், சமுதாயத்தோடும் போராடிக்கொண்டு வாழும்நிலையில், சமுதாயத்தில் ஒரு அங்கீகாரம் கிடைக்க வேண்டுமானால் கல்வியும், வேலைவாய்ப்பும் அவசியத்தேவை எனத் தெரிந்துகொண்டு எப்படியாவது படித்து அரசுவேலை வாங்கினால் மட்டும்தான் அது நிவர்த்தி ஆகும் என்ற ஒற்றை இலக்குடன் படித்து வந்தார் அந்தப்பெண். பின் வாகனவிபத்து, கொரோனா பேரிடர் போன்ற இக்கட்டான நிலையில் மாட்டி தத்தளித்தனர். இந்த சூழ்நிலைக்கு மத்தியில் இவர்களுக்கு ஒரு ஆண்குழந்தை பிறந்தது.

அந்தப்பெண்ணின் மகப்பேறு காலத்தில் கட்சித்தோழர்கள் உதவிகளையும், பிரசவ பராமரிப்பையும் குடும்பத்தார் போல பார்த்துக்கொண்டு அன்பைச்செலுத்தி பாதுகாத்தனர். அவர்களுக்கு பிறந்த குழந்தையின் பெயர் துருவன். துருவனின் முதல் பிறந்தநாள் கட்சி அலுவலகத்தில் தோழர்கள் மற்றும் நண்பர்கள் வாழ்த்தோடு கொண்டாடினர். தனியாக குழந்தையை பராமரித்தும் படித்தும் வருகிறார் அந்தப்பெண். அழகர்ராஜா தொடர்ந்து கட்சி வேளைகளையும், குடும்பத்தையும் கவனித்துஎல்லா இக்கட்டான சூழ்நிலைகளையும் தாண்டி வாழ்ந்து வருகின்றனர்.

தோழர்கள் அனைவரும் பாதுகாத்தநிலையில் பெண்ணுக்கு சொந்தமான தோழர்.கல்பனா – தோழர். MRM இணையர்க்கு பெண்வீட்டாரின் சொந்தங்களுக்கு மத்தியில் பகைமை ஏற்பட்டதுடன் அவர்களை அந்த கால கட்டத்தில் மிகுந்த மனவேதனைக்கு ஆளாக்கினர்.

அந்நிலையில் தோழர் MRM தோழர். கல்பனா அழகர்ராஜாவை மகனாகவும், மோகனவள்ளியை மருமகளாகவும் ஏற்று தங்கள் அன்பை பரிமாறிக் கொண்டு வருகின்றனர்.

6

எஸ்.சரத்ராஜ், எம்.மதுமதி

எரியோட்டைச் சேர்ந்த ஆர்.சி.ஆர்.மணவாளன் கல்வித்துறையில் பணியாற்றுகிறார். அவருடைய மனைவி சரஸ்வதி எல்.ஐ.சி. முகவர், ஆர்.டி முகவர். அவருடைய செல்வப் புதல்வி மதுமதி இரண்டாம் ஆண்டு கல்லூரி மாணவி, அதே கல்லூரியில் பயின்ற சரத்ராஜ் என்ற தேவேந்திர குல வேளாளர் சமூகத்தைச் சேர்ந்த இளைஞருடன் பழக்கம் ஏற்பட்டு காலப்போக்கில் காதலாக மாறியது. இருவரும் திருமணம் செய்துகொள்வது என்று முடிவு செய்தார்கள். வீட்டிற்குத் தெரிந்தால் தடுத்து விடுவார்கள் என்று ரகசியமாக 2021-ல் திருமணம் செய்து பதிவு செய்தார்கள்.

இந்தப் பிரச்சனை வீட்டிற்குத் தெரிந்தவுடன் பெற்றோர்கள் எம்.ஆர்.முத்துசாமியுடன் கலந்துகொண்டார்கள். உறவுகள் அங்கீகரிக்காதே என்று ஆதங்கப்பட்டார்கள். நம்முடைய குழந்தைகள் கல்வி கற்கச் செல்கிறார்கள், அறிவைப்பெறுகிறார்கள்,

வேலைக்குச் செல்கிறார்கள், சம்பாதிக்கவும் செய்கிறார்கள். தனது திருமணத்தைப் பற்றிய கனவுகளையும் நிறைவேற்றிக் கொள்கிறார்கள்.

எனவே அவர்களுடைய நல்வாழ்வு கருதி நாம் அவர்களை வாழ்த்துவதே பொருத்தமானதாக இருக்கும். மற்ற விஷயங்களை நினைத்து மனக் குழப்பத்தில் இருக்கக்கூடாது. சில நாள்களுக்கு கவலையாகத்தான் இருக்கும். போகப் போக சரியாகி விடும் என்று எம்.ஆர்.முத்துசாமி கூறினார். அடுத்த நான்கு நாள்களில் பையனுடைய சகோதரி வீட்டிற்கு மணவாளன், எம்.ஆர்.முத்துசாமி இருவரும் சென்று அவர்களுடைய பெற்றோர்களைப் பார்த்து, "இருவரும் கல்லூரிப் படிப்பை பூர்த்தி செய்த பிறகு திருமணத்தை நடத்தி இருக்கலாம். இருதரப்பும் பேசி இருந்தால் இதையும் சாத்தியமாக்கி இருக்கலாம். இப்பொழுதும் பரவாயில்லை, இருவரும் படிப்பை தொடர்ந்து முடிக்கட்டும், வேலைவாய்ப்பை பெற்றுக்கொண்டு திருமண வாழ்க்கையைத் தொடரலாம். அதுவரை மதுமதி பொறுமை காட்டி பெற்றவர்களுக்கு பெருமை சேர்க்கட்டும்" என்று கூறினோம்.

7

ஜி.கிருஷ்ணமூர்த்தி, எஸ்.பொன்மதி

வேடசந்தூர் ஒன்றியம் ஸ்ரீராமபுரம் ஊராட்சி கொல்லனூரைச் சேர்ந்த R.கோவிந்தன் மகாலட்சுமி தம்பதிகளின் மூத்த மகனாக கிருஷ்ணமூர்த்தி பிறந்தார். அவருடன் பிறந்தவர்கள் ரூபவ் ஒரு தம்பியும் தங்கையும். அவர் கல்லூரியில் படிப்பிற்காக பழனி கட்சி அலுவலகத்தில் தங்கியிருந்தார். மேல்நிலைப்பள்ளி எரியோட்டில் படிக்கும் போதே SFI முன்னணி தோழராக இருந்தார். SFI மாநில செயற்குழு ரூபவ் மாவட்ட தலைவர் ரூபவ் செயலாளர் பொறுப்பை வகித்தார்.

பழனி ஒன்றியம் ரூபவ் A.கலையம்புத்தூர் ஊராட்சி அழகாபுரியை சேர்ந்த (லேட்). A.செல்வன் லட்சுமி தம்பதியனரின் புதல்வி பொன்மதியும் பழனி கல்லூரியில் படித்து வந்தார். ஈகுஜ-ல் தீவிரமாகச் செயல்பட்டதால்ரூபவ் மாநில துணை செயலாளராகவும் பொறுப்பு வகித்தார். தோழர் கிருஷ்ணமூர்த்தி இரண்டு ஆண்டு ஜூனியர் இருவரும் ஒரே அரங்கத்தில்

செயல்பட்டதால் ரூபவ் அரசியல்ரூபவ் சமூகம் ரூபவ் குடும்பம் குறித்து ஒத்த கருத்துடன் இருந்ததால் நட்பு ரூபவ் தோழமை என்று வளர்ந்து அது காதலாக மாறியது.

இயக்க ரூடவ்டுபாடுரூபவ் கொள்கை பிடிப்பும் காரணமாக கட்சியிலும்ரூபவ் மாவட்டக் குழு உறுப்பினராகவும் ரூபவ் வேடசந்தூர் ஒன்றியக் கமிட்டியிலும் செயல்பட்டார். இயக்கத்தில் இருவரும் இணைந்து செயலாற்றியது ரூபவ் இருவரும் திருமணம் செய்து கொள்வது என்றும் பிறகு முடிவு செய்தனர்.

இருவேறு சமூகமாக இருப்பதால் இறுதிவரை ஓரேபாதையில் நடைபோட உறுதி ஏற்றுக் கொண்டனர். இரு குடும்பத்திலும் பேசுவது என முடிவு செய்தனர். தோழர் பொன்மதி வீட்டில் பேசும் போது அவரது தாயார் மிகவும் கவலைப்பட்டார். உயிருக்கு ஆபத்து வந்து விடுமோ என்று பயந்தார். பிறகு கட்சி தலையிட்டு பேசிய பிறகு சம்மதித்தார்.

தோழர் கிருஷ்ணமூர்த்தி வீட்டிலும்ரூபவ் உறவினர்கள் மத்தியிலும் கடும் எதிர்ப்பு வரும் என்பதால்ரூபவ் கட்சி உதவியுடன் திருமணம் செய்வதென முடிவுக்கு வந்தனர். கொரோனா காலமாகவும் இருந்தது. குழிலியம்பாறை ஒன்றிய கட்சி அலுவலகமான பாளையத்தில் தோழர் பொன்மதியின் உறவினர்கள் ரூபவ் நண்பர்கள் நமது தோழர்கள் கலந்து கொண்டு எளிய முறையில் திருமணம் நடைபெற்றது. குழிலியம்பாறை பதிவு அலுவலகத்தில் அன்றே திருமணம் பதிவு செய்யப்பட்டது. இரண்டு ஆண்டை கடந்து இல்லற வாழ்க்கை இனிதே நடைபெற்று வருகிறது.

8

ஏ.பெருமாள், பி.சுப்புத்தாய்

வடுகம்பாடி ஊராட்சித் தலைவரும் ஊர்ப் பெரியதனமும், காங்கிரஸ் பிரமுகருமான அழகப்பன், பெருமாயி ஆகியோருக்கு 4 பெண், 2 ஆண் மக்கள். பெரியமகன் ஏ.பெருமாள் எம்.ஏ.பட்டதாரி, கல்லூரியில் படிக்கும்போது எஸ்.எப்.ஐ. தீவிர உறுப்பினர். அழகப்பன் அப்பகுதி பள்ளர் மக்களின் ஏகோபித்த தலைவர். பெருமாள் இளவரசனாக அங்கே வலம் வந்தார்.

விருதுநகரை சொந்த ஊராகக் கொண்ட சுப்புத்தாய் ஏ.என்.எம். ஆக புளியம்பட்டியில் அப்போது பணியாற்றி வந்தார். கல்வியும் தைரியமும் கொண்டவர். அப்பகுதி மக்களின் அன்பையும் ஆதரவையும் பெற்றவர். தனி ஒரு பெண்ணாக 40 ஆண்டுகளுக்கு முன்பே ஆண் துணையின்றி அங்கே பணியாற்றி வந்தார்.

இதைத் தெரிந்துகொண்ட சில விஷமிகள் அப்பெண்ணிடம் தவறான முறையில் அணுகி இருக்கிறார்கள். தைரியமுடன் அவர்களை விரட்டி அடித்தாலும் தன் நிலை குறித்துக் கவலைப்பட்டிருக்கிறார். சுப்புத்தாய்க்கு ஏற்கெனவே அறிமுகமாயிருந்த பெருமாளிடமும், அவரது தந்தையிடமும் முறையிட்டிருக்கிறார். "இனி எந்தப் பிரச்சனையும் வராமல் பார்த்துக்கொள்கிறோம்" என்று அழகப்பன் கூறவும் ஒரு வித நம்பிக்கை ஏற்பட்டது சுப்புத்தாய்க்கு. அதற்குமேலே இளவரசரின் தொடர்ச்சியான காவல், காலப் போக்கில் காதலாக மாறியது.

சுப்புத்தாய்க்கு 2 சகோதரிகள், ஒரு தம்பி இருந்தாலும் சாதிமறுப்புத் திருமணத்திற்கு யாரும் வரவில்லை. 1981-ல் அவர்கள் திருமணம் திண்டுக்கல் அபிராமி அம்மன் கோவிலில் நடந்தது. 1985-ல் பெருமாள் கட்சியில் சேர்ந்து வேடசந்தூர் தாலுகா செயற்குழு, திண்டுக்கல் மாவட்டக்குழு உறுப்பினராக செயல்பட்டார். 1986-ல் குழிலியம்பாறை ஒன்றியக் கவுன்சிலராக நியமிக்கப்பட்டார். 1996-ல் ஊராட்சித் தலைவராகத் தேர்வு செய்யப்பட்டவர். 2001-ல் ஒன்றியக் கவுன்சிலராக (வடுகம்பாடி) தேர்ந்தெடுக்கப்பட்டார். 2006-ல் புதுக்கோட்டை கவுன்சிலராக போட்டியிட்டுத் தோற்றார். 1984 முதல் 2006 வரை அந்த ஊராட்சியில் பலமான இயக்கங்களில் மக்களைத் திரட்டினார். பெருமாள் தம்பி தனுஷ், இன்றும் சுப்ரமணியபிள்ளையூர் கிளைச் செயலாளராக மக்களுக்காகப் பணியாற்றி வருகிறார்.

பெருமாளை இயக்கத்தில் படிப்படியாக உயர்த்துவதில் எம்.ஆர். முத்துசாமியும் P.செல்வராஜூம் பெருமுயற்சி செய்தார்கள். ஒவ்வொரு கட்டத்திலும் சுப்புத்தாய் ஒத்துழைப்புடன் தான் அவரை செயல்படுத்தியிருக்கிறோம். அன்று முதல் இன்று வரை தம்பதி இருவரையும் சகோதரி மைத்துனராக எம்.ஆர்.முத்துசாமி உறவு கொண்டாடி வருகிறார். பெருமாளின் இரண்டு மகன்களும் எம். ஆர்.முத்துசாமியை மாமா என்றே இன்று வரை அழைத்து வருகின்றனர்.

மகன்கள் இருவரும் உயர் கல்வி முடித்தனர். சாதிமறுப்புக்காதல் திருமணம் செய்துகொண்டார் ஒரு மகன். இன்னொரு மகன் அத்தை மகளை மணம் முடித்தார். இரண்டு குடும்பத்தினரும் திண்டுக்கல் என்.எஸ்.நகரில் குடியிருக்கிறது. மூத்த மகன் பிடல்காஸ்ட்ரோ, கேரள மருமகள் இருவரும் திண்டுக்கல் என்.எஸ். நகர்க் கிளையில் கட்சி உறுப்பினராக செயல்படுகின்றனர்.

சகோதரி சுப்புத்தாய் உதவி மகப்பேறு மருத்துவச் சங்கத்தில் மாநில துணைப் பொறுப்பிலும், அரசு ஊழியர் சங்கத்தில் மாவட்டத் துணைப் பொறுப்பிலும் செயல்பட்டுப் போராட்டங்களில் பங்கெடுத்தவர்.

9

என்.கனகு, கே.தங்கம்

தொப்பம்பட்டி ஒன்றியம், தும்பலப்பட்டியைச் சேர்ந்த P.நாச்சிமுத்து, N.மீனாட்சி தம்பதிக்கு கருப்புசாமி என்ற மகன் 1957-ல் பிறந்தார். அவருடைய அப்பா மின்சார ஊழியராகப் பணியாற்றியதால் இவருடைய கல்வி பல ஊர்களில் பல ஆண்டுகளாகப் பயின்று பி.எஸ்.சி. முதலாம் ஆண்டு சோழவந்தான் விவேகானந்தா கல்லூரியில் சேர்ந்தார். இரண்டாம் ஆண்டில் மூன்றாவது செமஸ்டருடன் அரசியல் காரணங்களுக்காகக் கல்லூரியில் இருந்து நீக்கப்பட்டார். பிறகு நான்காவது செமஸ்டர் பழனி ஏ.பி.பி. கல்லூரி, 3-ம் ஆண்டு கல்வி சிவகங்கை மாவட்டம் பூலாங்குறிச்சி அரசுக்கல்லூரியில் படிக்கும்போதே புதுக்கோட்டை மாவட்டக் கட்சி ஊழியர் ஆனார்.

திருமயம் தாலுகா கட்சி செயலாளர், மாவட்டச் செயற்குழு உறுப்பினர். 16 ஆண்டுகள் புதுக்கோட்டை மாவட்டக் கட்சி ஊழியர்.

அப்போது மாதம் அலவன்ஸ் ரூ.200-ம் 2000-ம் ஆண்டில் அலவன்ஸ் ரூ.1850-ம். 1987-ல் திருமணம், மாற்றுத்திறனாளி, அனாதை, விதவை, தலித் அருந்ததியப் பெண் துப்புரவு தொழிலாளியாகவும் செயல்பட்ட தங்கம் என்பவருடன் திருமணம் புதுக்கோட்டை கட்சி அலுவலகத்தில் மாலை நேரத்தில், மாலை மாற்றி திருமணம் செய்யப்பட்டது. மணமக்கள் உட்பட வந்திருந்த 12 பேருக்கும் தேனீர் செலவு ரூ.6 அதையும் வேறு ஒரு தோழர் கொடுத்துவிட்டார். திருமணம் புதுக்கோட்டை மாவட்டச் செயலாளர் சண்முகம் தலைமையில் நடைபெற்றது. மறைந்த தோழர் க.கருப்பையா மூத்த தோழர் ஆ.ஜியாவுதீன் ஆகியோர் திருமணத்தை நடத்தி வைத்தனர்.

இவர்களுக்கு 2 மகன்கள். ஒருவர் திருமணமாகி தும்பலப்பட்டியில் உள்ளார். மூத்த மகன் யூ.பி.எஸ்.சி. தேர்வு எழுத டெல்லியில் பயிற்சி பெற்று வருகிறார். சிறு விவசாயி கருப்புசாமி என்ற கனகு தற்போது மார்க்சிஸ்ட் கம்யூனிஸ்ட் கட்சியின் தொப்பம்பட்டி ஒன்றியக்குழு செயலாளராக, மாவட்டக்குழு உறுப்பினராக செயல்பட்டு வருகிறார். தலித் மக்களுக்காக மனைப்பட்டா நிலப்போராட்டங்களை அந்தப் பகுதியில் நடத்தி வருகிறார். ஜாதி ஆதிக்க சமூகத்தின் அடையாளத்தினை தூக்கி எறிந்து ஒரு கம்யூனிஸ்டாக எளிமையாக செயல்பட்டு வருகிறார்.

10

இ.சுரேஷ்கண்ணா, சௌமி

திண்டுக்கல் மாவட்டத்தில் தமிழ்நாடு அரசு ஊழியர் சங்கத்தை தொடங்கியவர்களில் ஒருவர் எஸ்.வனசேகரன். மாவட்டம் பொருளாளராக திண்டுக்கல் மாவட்டத்தில் செயல்பட்டு சங்கத்தை உருவாக்கியவர்களில் ஒருவர், மருத்துவத்துறை நிர்வாக ஊழியர் சங்கத்தை 1987-ல் தோற்றுவித்தவர்களில் ஒருவர் தமிழ்நாடு அனைத்துத்துறை ஓய்வூதியச் சங்கத்தின் மாவட்டத் துணை தலைவராக தற்போது செயல்பட்டு வருகிறார். இவர் தமிழ்நாடு அரசு மருத்துவத்துறையில் நிர்வாக அலுவலராகப் பணிபுரிந்தப் போது சங்கப் பணிகளில் முக்கியமானவராக இருந்தார். இவருடைய மனைவி எஸ்.கமலம் அஞ்சல் துறையில் பணியாற்றி தற்போது ஓய்வுப்பெற்றுள்ளார். இவர்களுக்கு சுரேஷ்கண்ணா

என்ற மகனும், வெண்மணி என்ற மகளும் உள்ளனர். மகள் வி.வெண்மணிப்பிரியா எம்.சி.ஏ.படித்துவிட்டு சென்னையில் வழக்கறிஞரைத் திருமணம் செய்து வாழ்ந்து வருகிறார்.

மகன் வி.சுரேஷ்கண்ணா பொறியியல் பட்டதாரி. ஐ.டி. துறையில் சென்னையில் கணினிப்பொறியாளராகப் பணியாற்றி வருகிறார். இவருடைய மருமகள் ஈரோடு கொங்கு அரசு கலைக் கல்லூரியில் எம்.ஏ. முடித்தவர். அவருடைய தந்தை ராஜேந்திரன் ஒரு சிறு வியாபாரி. தேவர் சமூகத்தை சேர்ந்த இப்பெண்ணை சுரேஷ்கண்ணா விரும்பி இரு குடும்பத்தினரின் சம்மதத்துடன் இத்திருமணம் நடைபெற்றது. இந்தத் தம்பதிக்கு ஒரு மகனும், ஒரு மகளும் உள்ளனர்.

11

சாந்தகுமார், என்.சுஜிதா

திண்டுக்கல் சௌரியார் பாளையத்தைச் சேர்ந்த தோழர் நடராஜன் மார்க்சிஸ்ட் கம்யூனிஸ்ட் கட்சியின்பால் ஈர்க்கப்பட்டு அப்பகுதியில் வேலை செய்து கிளைச் செயலாளராகவும், திண்டுக்கல் நகர் கமிட்டி உறுப்பினராகவும், மேற்கு மரியநாதபுரம் கிளைப் பொறுப்பாளராகவும், 'தீக்கதிர்' பத்திரிகையின் முகவராகவும் இருந்து செயல்பட்டவர். தற்போது திண்டுக்கல் பேருந்து நிலையத்தில் பாரதி புத்தகாலயத்தில் விற்பனையாளராக இருந்து வருகிறார்.

அவருடைய மகள் சுஜிதா பாரதி, கார் ஓட்டுநர் சாந்தகுமாரைக் காதலித்தார். 2021 ஜனவரியில் அவருடைய சாதிமறுப்புத் திருமணத்தை பெற்றோர்களே முன்னின்று செய்து வைத்தனர். மார்க்சிஸ்ட் கம்யூனிஸ்ட் கட்சியின் தலைவர்களும், தோழர்களும் பங்குகொண்டு சிறப்பித்தனர். தற்போது தம்பதிபுதுக்கோட்டையில் குடியிருந்து வருகிறார்கள். ஒரு வயதில் பேத்தியும் உள்ளார்.

12

சாதி ஒழிப்பு நமது இலக்கு, தீண்டாமை ஒழிப்பு நமதுபயணம்

நமது சமுதாய அமைப்பு பல கட்டங்களைக் கடந்து வந்திருக்கிறது. திருமண முறையும், குடும்ப உறவுகளும்கூட மாறிக்கொண்டே இருக்கிறது. இப்போதும்கூட நான்கு நாள்கள் நடந்த திருமணமும், 4 மணி நேரத்தில் முடிந்த திருமணமும் இக்கட்டுரையிலேயே வருகிறது. வளர்ச்சிப் போக்கில் சடங்குகளும் குறைந்துகொண்டே வருகிறது. இதே சடங்குகள் குறையும்போது தந்தைப் பெரியார் மனசில் நிற்பார்.

அகமணத் திருமண முறைகளை ஒழிப்பதன் மூலம் சாதி ஒழியும் என்றார் அண்ணல் டாக்டர். அம்பேத்கர்.

"பொருளாதார சமத்துவம் ஏற்படும்போது சாதிய வர்க்கப் பாகுபாடுகள் மறையும்" என்றார் மாமேதை கார்ல் மார்க்ஸ்.

மார்க்சிஸ்ட் கம்யூனிஸ்ட் கட்சியின் மூத்த தலைவர் என். சங்கரய்யாவின் தம்பியும், வரலாற்று ஆசிரியருமான தோழர் என்.ராமகிருஷ்ணன் அவர்கள் 'கலப்புத் திருமணமும், கம்யூனிஸ்டுகளும் என்ற நூலில் கம்யூனிஸ்ட்கள் மட்டுமே தேசத்தில் இத்தகைய சாதிமறுப்புத் திருமணங்களைச் செய்வதில் முன் நிற்பவர்கள்' என்று பெரிய பட்டியலே வெளியிட்டிருக்கிறார்.

திண்டுக்கல் மாவட்டத்தில் இப்பாரம்பரியத்தை துவக்கி வைத்த மகத்தான தலைவர்கள், தோழர்கள் என்.வரதராஜன், எஸ்.ஏ.தங்கராஜன், தொடர்ந்து வி.குமரவேல், வி.கல்யாணசுந்தரம், எம்.ஆர்.முத்துசாமி, கனகு, இன்று கே.ஆர்.பாலாஜி, சி.பாலசந்திரபோஸ், அழகுராஜா, ஜி.கிருஷ்ணமூர்த்தி என்று நமது பாரம்பரியம் தொடர்கிறது.

இத்திசை வழியில் தேசம் முன்னேற தீப்பந்தத்தை உயர்த்திப் பிடிப்போம். கறுப்பு, நீலமும், சிவப்பும் சேர்ந்தே பயணிப்போம். நமது இலக்கு சாதி ஒழிப்பு, நமது பயணம் தீண்டாமை ஒழிப்பு - எனவே தீண்டாமைக்கு எதிரான தீப்பந்தங்கள் ஆயிரம் ஆயிரமாய் அணிதிரட்டுவோம்! தீ மூட்டுவோம் - வெகுமக்களை வலுவாகத் திரட்டுவோம்.

சாதியம் தகர்ப்போம்! மனிதம் வளர்ப்போம்!
வாரீர் வாரீர் என அழைக்கின்றோம்.

www.ingramcontent.com/pod-product-compliance
Lightning Source LLC
LaVergne TN
LVHW041657190726
843493LV00007B/1837